மிடில் கிளாஸ்

சிறகடிக்கும் சிறுகதைகள்

பாக்ய லட்சுமி

இந்த புத்தகம் என்னுடைய வாசக பெருமக்களுக்கு சமர்ப்பணம் செய்கிறேன்

special thanks to notion press

பொருளடக்கம்

1

மிடில்

தினசரி செய்திதாளை வழக்கம் போல் புரட்டிக்கொண்டு இருந்தார் ரத்தினவேல். காலைக்கடன்களை முடித்துவிட்டு அடுத்து அவர் செய்யும் அன்றாட வேலையில் செய்தித்தாள் வாசிப்பதும் ஒன்று.

"ஏங்க டிபன் ரெடி வாங்க"என்று மனைவியின் குரலிற்கு கட்டுப்பட்டு அந்த செய்தித்தாளை மடித்து வைத்துவிட்டு அன்றாட சிற்றுண்டியான இட்லியை உண்-பதற்கு சமையலறை பக்கத்தில் இருக்கும் நாற்காலியில் அமர்ந்து கையில் அந்த எவர்சில்வர் தட்டினை ஏந்தியபடி மனைவி ராதா இட்லியை பறிமாற இவரும் அதை ரசித்து உண்பார்.

அன்று வழக்கம் போல் சிற்றுண்டி சாப்பிடும்போது தான் மகன் வினோத் அவரிடம் பேச்சுவாக்கில் தனது மனதிலுருந்த குமுறலை வெளிபடுத்தி-னான்."அப்பா உங்கள் கிட்ட ஒன்னு சொல்லனும்"என்று நடுக்கத்துடன் பேச்சை துவங்க அவன் சொல்வது என்னவென்று கேட்போமே என்ற பார்வையில் அவனை நோக்க "அப்பா..நாம ஏன் ஒரு சொந்த வீடு வாங்க கூடாது?"என்று நியாயமான ஒரு கேள்வியை அவரிடம் சமர்ப்பிக்க

"சொந்த வீடா"?என்று ஆச்சரியத்துடன் கேள்வி கேட்க

"ஆமாம் . எவ்வளவு நாளைக்கு தான் இந்த ஒண்டிக்குடித்தன வாழ்க்கை யை வாழமுடியும் நாளைக்கே எனக்கு கல்யாணம் காட்சினு நடந்தால் வரவ எப்படி இங்கே அட்ஜஸ் பன்னி வாழுவா ?"என்று வினோத் கூற

"ஆக உன் எதிர்கால மனைவிக்காக வீட்டை காலி பன்னலானு சொல்ற அதானே?என்று உரத்த குரலில் வெளிபட்ட அவருடைய கேள்வியில் மிரண்ட-வன்"அய்யோ அப்பா அப்படினு இல்லை, இங்க நாலு வீட்டுக்கு ஒரே டாய்லெட் பாத்ரூம் அப்படியிருக்க எப்படிப்பா வரபொன்னுங்க பொறுத்துக்கும் அ..அதுக்கு தான்.என்று பேச்சை வலுபடுத்த.."நல்ல காரணம் தானே"என்று ராதா நினைத்து-

"

விட்டு அவரிடம் குறுக்கிட்டாள்.

"அட ஆமாங்க ஏற்கனவே பொன்னுபார்க்க போயிருந்த போது வீடு பத்தி யோசித்து தான் நம்ப வினோத்துக்கு பொன்னு குடுக்க தயங்குனாங்க. நான் தான் கல்யாணம் ஆகிட்டு இவங்களை தனிகுடித்தனம் வைப்போம் னு உறுதியா சொல்-லிட்டு வந்தேன்"என்று ராதா கூற

"ஓ..மேடம் என்னை எதுவும் கேக்காமல் உறுதியாக வேற சொல்லிட்டு வந்-துட்டிங்களா"என்று ராதாவை முறைக்க..."ஏங்க அப்படி முறைக்கிறிங்க நானும் வினோத்தும் நல்லதுக்கு தானே சொல்றோம்"என்று கிரங்கியபடி கூற

ரத்தினவேல் கை அலம்பிட்டு வந்து அறைக்கதவு பின்னால் மாட்டிவைத்தி-ருந்த காக்கி ஓட்டுநர் யூனிபார்ம் எடுத்து அணிந்து விட்டு இன்னைக்கு சவாரி போயிட்டு வர நேரமாகும் நான் கிளம்புறன் என்று பதில் எதுவும் தரமாலே வீட்டை விட்டு நகர

"அம்மா..அப்பா எதுவும் பேசாமலே போறாரே ரொம்ப கோச்சிக்கிட்டாரோ?"

"தெரியலையே டா"

"சரிமா நானும் ஆபிஸ் கிளம்புறன். இன்னைக்கு புது மேனேஜர் வராரு அவரை வரவேற்கனும் சரி சரி சாப்பாடு கட்டிட்டியா?"என்று சுடுதண்ணீர் காலில் ஊற்-றியது போல் படபடத்தான். ராதா ஒரு டிபன் கேரியரில் காரக்குழம்பும் கூட்டும் செய்து கொடுத்து விட்டு அவனை வழியனுப்பி "அப்பாடா"என்று ஓய்வாக சிறிது நேரம் அமர்ந்தார். பக்கத்து வீட்டு வனஜா மாமி எட்டிப்பார்த்தார்.

"என்னடி மா ரொம்ப களைப்பா இருக்கியா?என்று வாயில் எதையோ மென்-றுக்கொண்டே கேக்க "

"ஆமாம் மாமி உள்ள வாங்க ஏன் வாசல்ல நிக்கிறீங்க"என்று புன்னகையிக்க. அவரும் உள்ளே வந்து அமர்ந்தார்.

"மாமி காபி குடிங்கோ ..."என்று அவரை உபசரிக்க.. இருவரும் கையில் கோப்பையை ஏந்தியபடி பேசத்துவங்கினர்.

"ஏண்டிமா உன் மகன் வினோத்துக்கு எப்ப கல்யாணம்?"

"வர தைமாசம் " என்று ராதா உரைக்க.

"ஓ..அதுசரி எவ்வளவு சவரன் நகைபோடுறதா ஒத்துக்கிட்டா பெண் வீட்டார்"? என்று கேக்க. "பத்து சவரன் தான் மாமி,என்ன பன்றது என் மகனுக்கு 8000 சம்பளம் தான் ,நாங்க இருக்கிறதும் ஒரு குடித்தனவாசல் வீடு அப்படியிருக்க எப்-படி மாமி அவங்க கிட்ட அதிகமா எதிர்பார்க்க முடியும் என்று சளித்துகொள்ள"

"உண்மை தாண்டி மா எனக்கும் ஒரே பொன்னு கட்டி குடுத்த நாள்ல இருந்து இன்னைக்கு வரைக்கும் என் மாப்பிள்ளை என் வீட்டுக்கு வந்து ஒரு நாள் கூட தங்கினது இல்லை. இந்த வருத்தம் எனக்கு எப்பவுமே உண்டு. நாமளும் எதும் கேக்க முடியாது. இந்த குடித்தனவாசல் வீட்டில் அவருக்கு சங்கோஜமா இருக்கோ

என்னமோ ம்ம்ம் என்ன பன்றது"

"மாமி அப்படினா நீங்க ஏன் இன்னும் வீட்டை மாத்தாம இருக்கீங்க?"என்று ராதா ஆர்வமுடன் கேட்க.

"ஹாஹா ஏண்டிமா நாம என்ன மைசூர் மஹாராஜா பேத்தியா இல்லை தேசிங்கு ராஜா வம்சமா எல்லாத்தையும் அள்ளி வீச..நான் பணத்தை சொன்னேன் டி மா. என் வீட்டுக்கார் ஒரு சமையல்காரர் ஏதோ மாசம் 10,000 சம்பளம் வாங்-கிட்டு வராரு. பொன்னு கல்யாணத்துக்கு வாங்கின கடனுக்கு வட்டி கட்டுறதுக்கே படாத பாடு படுறோம் இதுல வீடு எங்கடிமா ம்ம்ம் என்று சளித்துகொள்ள... தண்-ணீர் லாரி வரும் சத்தம் காதை பிளக்க வனஜாவும் ராதாவும் தண்ணீர் குடம் எடுத்துக்கொண்டு விருவிருனு வெளியே லாரி முன்பு வரிசை கட்டி நின்றனர்.

"இது என் குடம்,இதோ இந்த மஞ்சள் குடம் பக்கத்தில் இருக்கே அது என்-னது, அய்யே நான் உனக்கு முன்னாடி நின்னுட்டு இருந்தேன் என்று தண்ணீர் பிடிக்கும் பெண்களின் கூச்சல் சத்தம் ஒருபக்கம் ,அடிக்கும் வெயிலில் முகத்தில் வழியும் வியர்வை ஒருபக்கம். இரண்டு குடம் தண்ணீர் பிடிக்கவே இம்புட்டு பாடு என நொந்து கொண்டே தினமும் இப்படி தண்ணீர் பிடித்தால் தான் வீட்டில் உள்-ளவர்களின் தாகத்தை தீர்க்க முடியும்."

ஒரு குடம் இடுப்பிலும் இன்னொரு குடம் கையில் ஏந்தியபடி ராதா நடந்து வர எதிரே ஒரு நிறைமாத கர்ப்பிணி தண்ணீர் குடத்தை சுமந்தபடி வர அதை பார்க்க அவளுக்கு ஏதோ தோன்றியது "இதே நிலை தானே என் வருங்கால மரு-மகளுக்கும் ,என்று நொந்து கொண்டு தனது குடத்தை இறக்கிவிட்டு ,அந்த கர்ப்-பிணியின் குடத்தை தூக்கிக்கொண்டு அவள் வீடுவரை சென்று குடத்தை வைத்-தார்.

அந்த கர்ப்பிணி ராதாவிடம்"ஆண்டி ரொம்ப தாங்க்ஸ்"என்று கைகூப்பி சொல்ல.. வீட்டினுள் டிவி சிரியலில் மூழ்கியிருந்த அவளுடைய மாமியார்

"இந்தாடி தண்ணீர் எடுக்க இம்புட்டு நேரமா.போ போய் மத்த வேலையை பாரு"என்று கடுக்கடுக்க இதை கண்ட ராதாவிற்கு கோபமே வந்தது

"ஏம்மா வாயும் வயிறுமா இருக்க இந்த சின்ன பொன்னை தண்ணீர் குடம் தூக்க வைக்கிறதே தப்பு இதுல இவ்வளவு நேரமானு வேற கேள்வியா?"என்று நறுக்குனு கேள்வியை கேட்டுவிட்டு அவள் வீட்டை நோக்கி பயணித்தாள்.

தண்ணீர் பிடிக்கும் வேலை முடிந்தது என்றாலும் அடுத்து ரேஷன் கடைக்கு வேற போகனும் பத்து தேதிக்குள்ள போனால் தான் சக்கரை பருப்பு எல்லாம் கிடைக்கும் இல்லையென்றால் வெறும் அரிசி தான் என்றபடி நினைத்துக்-கொண்டே கையில் பையுடன் கிளம்ப வனஜா மாமியும் இவளுடன் துணைச்செல்ல இருவருமாக நடந்து கொண்டே செல்ல "ஏண்டிமா இந்த ரேஷன் கடை எல்லாம் கிட்ட இருந்திருக்க கூடாதா?இப்படி லோலோனு நடையா நடக்க கஷ்டமா

இருக்கு,என்று சளித்துகொள்ள"

"மாமி பேசாமல் இதெல்லாம் வீடு தேடிவந்து கொடுத்துவிட்டு போனால் இன்-னும் நல்லாருக்கும் ல?"என்று புன்னகையிக்க...

"போடி நீ வேற வீடு தேடி வந்து எல்லாம் குடுக்கவேணாம் வீதி தேடி வந்து கொடுத்தாலே போதுமே. எங்க வருவானுங்க எல்லாம் ஓட்டு கேக்குறப்ப வந்து கையை கும்பிட்டு போறதோட சரி அதுக்கப்புறம் நம்ப செத்தோமா பொழைச்-சோமா னு கூட யாரும் வருவதும் இல்லை போறதும் இல்லை."என்று வனஜா மாமி சளிப்புடன் கூற

"சரியா சொன்னிங்க மாமி. இதோ கடையே வந்துருச்சு இந்த பில் போடுறவரு இன்னும் வரலையோ !"என்று கடை இருக்கும் திசையை பார்த்து கூறினாள் ராதா.

வரிசையில் இருவரும் நிற்க அங்கு பில் போட்டு தரும் ஊழியர் தாமதமாக வரவே மக்கள் கூச்சலிட துவங்கினர் ஒருவழியாக ஊழியர்கள் அவர்களை சமா-தானம் செய்து விட்டு பில் போட துவங்கினர். வனஜா மாமியும் ராதாவும் வாங்-கிக்கொண்டு தூக்கமுடியாமல் தூக்கிக்கொண்டு சாலையை கடந்தனர்.

"ராதா அங்க பாரேன் விளம்பரம்"

10 லட்சத்தில் தனி வீடு உடனே குடிபெயரலாம். கடன் வசதி செய்து தரப்படும் என்று விளம்பரம் இருக்க அதை பார்த்து விட்டு வாய்மேல் கைவைத்-தபடி ராதா"ஏன் மாமி பத்து லட்சத்தில் தனி வீடா? எப்படி மாமி"?

"எங்கனா ஒதுக்குபுற ஏரியாவா இருக்கும் டி மா.." என்று வனஜா மாமி தனது தோரணையில் வாய் சுளிக்க.

"மாமி இந்த விளம்பர பலகை இருக்கிற நம்பர் போன்ல சேவ் பன்னி வச்-சிக்கிறன். இதை வினோத் கிட்ட காட்டலாம் காலை ல கூட சொந்த வீடு பத்தி தான் பேச்சு "

"ம்ம்ம் அதுசரி " வாடிம்மா நாழி ஆயிடுத்து வெயில் வேற வாட்டி வதைக்குது.

நம்பரை பதிவு செய்து கொண்ட ராதா தனது கணவன் ரத்தினவேல் இதற்கு என்ன சொல்வாறோ என்ற பயம் ஒருபக்கம் இருந்தாலும் மகனின் ஆசை நிறை-வேற வேண்டும். எனது மருமகளாவது இந்த ஒண்டிக்குடித்தன வாழ்க்கை யிலி-ருந்து தப்பித்து தனக்கென்று ஒரு வீடு என்ற வசதியுடன் வாழவேண்டும் என்று எண்ணினார் ராதா.

வீட்டுக்கு வந்தடைந்தனர் இருவரும். "மாமி உங்கள்ட ஜாக்கெட் தைக்க குடுத்தேனே இன்னைக்கு தரேனு சொன்னிங்க என்று நியாபகபடுத்திட்டு போனாள் அத்தெருவில் வசிக்கும் ஒருத்தி"

"அய்யோ இன்னும் ஹெம்மிங் பன்னலையே நான் வேலையை பாக்குறன் டி மா என்று வனஜா வீட்டினுள் நுழைய ராதாவும் தன் வீட்டினுள் நுழைய

மணி.இரண்டானது."மதிய உணவை வாங்கிக்கொள்ள வயிறு தயரான நிலையில் இருந்தது. "உன் கஷ்டத்துல என்னை மறந்துறாத தாயே என்று வயிறு ஏங்கிக்-கொண்டு இருந்தது" மகனுக்கு கொடுத்தனுப்பிய காரக்குழம்பு மிச்சமிருக்க அதை சாதத்துடன் பிசைந்து வாயில் திணிக்கலானாள்.

நேரம் கடந்து சென்றன..வீட்டிற்குள் நுழைந்தான் வினோத் "அம்மா ஒரு ஸ்பெஷல் டீ"என்று உத்தரவிட "டேய் அது என்னடா ஸ்பெஷல் டீ நான் என்ன இங்கே டீ கடையா நடத்திட்டு இருக்கேன்."என்று மகனை பார்த்து நமட்டு சிரிப்பு சிரிக்க "மா பால் கொஞ்சம் அதிகமா ஊத்தினா ஸ்பெஷல் டீ,பால் மிச்சபடுத்து-றேனு நீ டீயில் பாதி தண்ணீர் கலந்திங்கனா அதுக்கு பெயர் சாதாரண டீ"என்று தன் அம்மாவை கலாய்த்தெடுக்க..

"டேய் நம்ப வாங்குற 250 மிலி.லிட்டர் பாலுக்கு சாதா டீ தான் டா கிடைக்-கும் என்று முகத்தை பாவமாக வைத்துக்கொண்டு கூற "

"ம்ம்..என்ன பன்றது தாய் கிழவி அர லிட்டர் பால் 25 ரூபாய் பாவம் நீயும் என்னதான் பன்னுவ. தினமும் கால் லிட்டர் பால் வாங்கி அதுலயே இரண்டு வேளை டீ போட்டு ,அதுல கொஞ்சம் மிச்சம் பன்னி தயிர் தோயவைக்கிற என்று வீட்டின் நிலையை அவன் பாணியில் கூற..மகனின் ஸ்பெஷல் டீ ஆசையை நிறைவேற்ற தயிரிற்கு எடுத்து வைத்திருக்கும் மிச்சம் பாலினை எடுத்து டீயிற்கே செலவிட்டாள்.

"இதோ டீ ரெடி"என்று அவனிடம் கோப்பையை நீட்ட அதைவாங்கி உறிந்-தவன் "ஸ்ஸ் ப்பா என்ன தாய்கிழவி அதிசயமா ஸ்பெஷல் டீ போட்டுருக்கு. பேஷ் பேஷ்"என்று பாராட்ட தன்னை அறியாமல் மகனையே பார்த்துக்கொண்டி-ருந்தவள். "டேய் கன்னு இவ்வளவு ஆசையா என்கிட்ட தனிமையில் இருக்கும் போது தான் பேசுற ஏண்டா உங்கள் அப்பா முன்னாடி பேசுறதுக்கு அப்படி பயப்-படுற?"என்று மனதில் இருக்கும் சங்கடத்தை அவனிடம் கூற.

"மா,அப்பாக்கு இந்த மாதிரி பேசுவதோ நக்கலடிக்கிறதோ பிடிக்காது மா,எப்ப பாரு ஹிட்லர் மாதிரி ஒரு பார்வை பாக்குறாரு,இந்த லட்சணத்தில் நான் வேற கேலியா கிண்டலா பேசினால் அம்புட்டு தான் என்னை கடிச்சி துப்பிருவாரு" என்று தாயிடம் தந்தையின் குணத்தை பற்றி சொல்ல அவரும் "ஆமாம் டா கன்னு உங்கள் அப்பா கொஞ்சம் முசுடு தான் ஆனாலும் உனக்கும் எனக்கும் எந்த குறையும் வச்சதே இல்லை டா."

"அது என்னவோ சரிதான் மா,பாவம் அப்பா நாள் முழுக்க ஆட்டோ சவாரி அடித்து தினமும் 300ரூபாய்,400ரூபாய் னு சம்பாரிச்சு ஏதோ வயித்துக்கும் வாய்க்கும் வஞ்சனை செய்யாமல் குடும்பம் நடத்திட்டு வராரு. நான் வீடு வாங்-கணும் சொன்னது கூட எனக்காக இல்லை மா...எல்லாம் என்னோட வருங்கால மனைவி ஜானு நம்பளை மதிக்கனும்னு தான் மா."என்று தன் தாயிடம் உணர்-

வுபூர்வமாக தன் எண்ணத்தை வெளிப்படுத்த அவரோ தன் மகனின் தலையை வருடியவாறு "கன்னு நீ எங்க பையன் டா சின்னவயசுல இருந்தே கஷ்டத்தை பார்த்து வளர்ந்தவன் அதனால சூழ்நிலையை புரிஞ்சிப்ப ஆனால் வர பொன்-னுங்க அப்படி இருப்பாங்கனு எதிர்பார்க்க முடியாது நீ சொல்ற மாதிரி ஒரு தனி வீட்டுக்கு நம்ப குடிபோகனும் டா"என்று நீண்ட பெருமூச்சு விட..அவனின் கைப்-பேசி அழைத்தது "ஹலோ...என்றான் வினோத்".

எதிர்முனையில் அவனது மேனேஜர்"ஹலோ வினோத் இன்னைக்கு நான் புதுசா சேர்ந்ததால எனக்கு எல்லாம் பார்த்து பார்த்து பன்னிங்க ரொம்ப தாங்க்ஸ் நீங்க எந்த உதவியினாலும் என்னை தயங்காம கேளுங்க சரியா அப்றம் நான் நாளைக்கு நேரில் பேசுறன் பை என்று போனை வைத்துவிட அவனுக்கு ஒரு யோசனை தோன்றியது "நாம ஏன் அவர்கிட்ட கடன் கேக்கக்கூடாது சும்மா இல்லை வட்டிக்கு வாங்கிப்போம்" என்று மனதினுள் கணக்கு போட அவனது தாய் "என்னடா ஏதோ பலமா யோசிக்கிற?என்று கேட்க.

"இல்லை.. சார் கிட்ட கடன் வாங்கிக்கலாமானு யோசிக்கிறேன்"என்று நகத்தை கடிக்க. டேய் அது இருக்கட்டும் செவ்வாய் கிழமை அதுவுமா நகத்தை கடிச்சு ஏண்டா நடுவீட்டில் துப்புற என்று கடிந்துகொள்ள"

"ம்ம்ம் அப்ப புதன் கிழமை நகத்தை கடிச்சு துப்புனா பரவாயில்லை யா என்று தாயை சீண்டிவிட்டு வேடிக்கை பார்க்க"...ப்ச்ச் உன்கிட்ட போய் சொல்றேன் பாரு என்று எழுந்து சமையலறைக்கு சென்றார்.

நேரம் மணி இரவு 7.30

வாசலில் திடிர் கூச்சல் சத்தம் எதிர்வீட்டு குடிகாரன் புருஷனும் அவனது அப்பாவி மனைவிக்கும் இடையே ஏதோ தகராரு போல வழக்கம் போல் அனை-வரும் எட்டிபார்த்தால்..

அந்த பெண் அவனை ரவுண்டு கட்டி வெளுத்து வாங்கிக்கொண்டு இருந்தாள். "தருதல தருதல தினமும் இப்படி குடிச்சிட்டு வந்து வீட்டில் வம்பு இழுக்குறீயே வெக்கமா இல்லை, வயசு பொன்னை வீட்டில் வச்சிக்கிட்டு தினமும் குடிச்சிட்டு காசு வேற கரியாக்குறியே உன்னையெல்லாம் சும்மாவே விடக்கூடாது என்று..அவனை வறுத்தெடுக்கும் காட்சியை அனைவரும் வேடிக்கை பார்க்க...

ரத்தினவேல் சவாரி முடித்துவிட்டு வரவும் சரியாக இருந்தது. "அம்மாடி நிறுத்-துமா,என்னம்மா இந்த அடி அடிக்கிற அவரு உன் புருஷன் மா எல்லாரும் வேடிக்கை பாக்குறாங்க உள்ள போமா"என்று கூற

"அண்ணே, புருஷனா உங்களை மாதிரி லட்சணமா வேலைவெட்டி பார்த்து பொண்டாட்டி புள்ளைய பக்குவமா பார்த்துக்கனும். ஆனால் இந்த ஆளு தினமும் குடிச்சிட்டு வந்து என்னை அந்த அளவு கஷ்டபடுத்தி பாக்குறாரு. என்று கண்ணை கசக்க பதில் எதுவும் கூறாமல் ராதாவை பார்த்தபடி வீட்டினுள்

நுழைய...

"என்னங்க இந்தாங்க தண்ணீர் என்று தண்ணீர் குவளையை நீட்டினாள் ராதா". அதை வாங்கி பருகிவிட்டு "அம்மாடி ராதா ,இன்னைக்கு இரவு உணவு எதுவும் செய்யவேண்டாம். நான் உன்னையும் வினோத்தையும் ஹோட்டல் கூட்டிட்டு போலானு இருக்கேன் என்று இன்முகத்துடன் கூற வினோத் ஆச்சரியப்பார்வையை தந்தை மீது செலுத்த "வினோத் கன்னு இங்க வா" என்று அழைத்தார்.

"சொல்லுங்க பா என்று அவரருகே நிற்க கையில் இருந்த பையை திறந்து அதிலிருந்த ஒரு லட்சம் ரூபாயை நீட்டினார்.

"அ...அப்பா உங்களுக்கு ஏது இவ்வளவு பணம்?

"அதானே உங்களுக்கு ஏதுங்க இவ்வளவு பெரிய தொகை?" என்று ராதாவும் கேட்க அவர் சரித்துக்கொண்டே "பயப்படாதிங்க இது இன்ஷூரன்ஸ் பணம். நான் கல்யாணம் ஆன புதுசுல ஒரு லைப் இன்ஷூரன்ஸ் பாலிசி போட்டுருந்தேன். அது இன்னைக்கு மெச்யூரிட்டி டேட் ,அதான் எல்.ஐ.சி ஆபிஸ் போயிட்டுவர கொஞ்சம் நேரம் ஆகிருச்சு. என்றதும்.

"எ...என்னங்க இது எப்பங்க சேர்ந்தீங்க?.

"ஹாஹா நீ கர்ப்பம் ஆயிருக்கனு கேள்விபட்ட நாளிலிருந்து எனக்கு ஏதோ வாழ்க்கை மேல ஒரு பயம் வந்துச்சு. நம்பள நம்பி வந்த பொண்டாட்டியையும் புள்ளையையும் நல்லபடியா காப்பாத்தணுமேனு. அப்பதான் அந்த இன்ஷூரன்ஸ் ஏஜெண்ட் என்னை மீட் பன்னப்போ சரின்னு ஒரு பாலிசி போட்டேன். 25 வருஷம் ஓட்டினதே தெரியவில்லை பாரேன்."

......

அதுசரிங்க பா இந்த பணம் இப்ப எதுக்கு என்கிட்ட தரிங்கனு தெரிஞ்சிக்க-லாமா?என்று மகனின் கேள்விக்கு "இந்த பணத்தை வீடுவாங்க முன்பணமா வச்-சிக்கோ" மீதி லோன் போட்டுக்கலாம்.

"எ...என்னங்க வீடு நம்ப பட்ஜட்டுக்கு ஏத்தமாதிரி?, என்று தயங்கிக்கொண்டே கேட்க "ஹாஹா.. அதான் நீ கூட ஏதோ விளம்பரம் பார்த்து நம்பர் கூட சேவ் பன்னி வச்சிருக்கியே அதே தான்"

"என்னங்க சொல்றீங்க? "என்ற ராதாவின் கேள்விக்கு சிரித்து கொண்டே பதி-லளித்தார்.

"நீ ரேஷன் போயிட்டு வனஜா மாமி கூட நின்னு அந்த விளம்பர பலகை-யையே பார்த்துட்டு இருந்தீயே அததான் டி சொல்றேன்,நான் அந்த வழியா சவாரி வந்தபோது உன்னை பார்த்தேன்".

"அய்யய்யோ நீங்க பார்த்திங்களா நம்பர் போன்ல பதிவு பன்னத.."என்று தலையை சொறிந்துக்கொண்டே பேந்து பேந்து முழிக்க..அவரால் சிரிப்பை அடக்க முடியவில்லை. பிறகு அதே விளம்பரத்தை தான் செய்தித்தாளிலும் காலை பார்த்-

ததாகவும் கூற எப்படியோ வீடு வாங்க வழி கிடைத்துவிட்டது என்ற நிம்மதியில் ஹோட்டலுக்கு தயார் ஆகினான் வினோத்.

தலையை சீவியவாறே கணக்கிட்டு கொண்டிருந்தான். வீட்டு இ.எம்.ஐ க்கு சம்பள காசு முழுவதும் போனால் கூட வீட்டுச்செலவுக்கு அப்பா சவாரி அடித்து ஈட்டும் காசினை வைத்து சமாளிப்போம் என்று தீர்மானம் செய்ய இப்போது தான் அவன் முகத்தில் சந்தோஷமே வந்தது. முதன் முறையாய் தன் தந்தை ரத்தின-வேல் நினைத்து பெருமைப்பட்டான்.

குடித்து குடித்து காசை வீணாக்கும் எதிர்வீட்டு ஆள் எங்கே, வரும் சொற்ப வருமானத்தில் சேமிப்பாக இன்ஷூரன்ஸ் போட்டு வைத்த தந்தை எங்கே..."அப்பா ஐ லவ் யூ" என்று ஊருக்கே கேக்கும்படி கத்தி சத்தமாக கூறவேண்டும் என்று ஆசை வந்தது.

மூவருமாக ஹோட்டலுக்கு சென்றனர்.

"அப்பா என்ன சாப்பிடுறீங்க? என்றான் வினோத்.

பிரியாணி சொல்லிடு மூனுபேருக்கும் என்றார் ரத்தினவேல். மூவருமாக ஹோட்டலிலில் பிரியாணி ரசித்து சாப்பிட "ப்பா இந்த ட்ரம்மில் இருக்கிற பிரி-யாணி யை கரண்டியில் அள்ளி அடிக்கிறப்ப டங்குனு ஒரு சத்தம் வருதே மனசெல்லாம் என்னமோ பன்னுது என்று வினோத் கூற "இதை கேட்ட ரத்தின-வேல் சிரிப்பை அடக்கமுடியாமல் சிரித்துவிட்டு "ஏண்டா கன்னு நீ இப்படியெல்-லாம் காமெடியாக பேசுவியா?, நான் இப்பதான் பார்க்கிறேன்" என்று கூற.

"அப்பா நான் உங்கள் கிட்ட மனசு விட்டு நிறைய பேசனும் னு நினைப்பேன் ஆனால் நீங்க கோபமா பேசுறப்ப மனசு கஷ்டமா இருக்கும். வர காமெடி கூட வராது எனக்கு..என்று தந்தையிடம் கூற "..

எதையோ யோசித்தவர் கண்கலங்கியபடி "இனி அப்படி ஒரு நிலை இருக்காது இந்த அப்பா கிட்ட நீ தயங்காமல் பேசலாம். ஏதோ எனக்குள் ஒரு டென்ஷன். அதான் அப்படி திட்டுவேன் மத்தபடி உன்மேல எந்த கோபமும் இல்லை".

"ஏங்க உங்கள் கிட்ட ஒன்று கேக்கலாமா? என்று ராதா குறுக்கிட "சொல்லு ராதா " என்று அவர் வினவ

"எப்படி உடனே வீடு வாங்க சம்மதிச்சிங்க? என்று அவர் கண்களை எதிர்-நோக்கி கேட்க அதற்கு அவர்

"இந்த வீட்டுக்கு மருமகளா வர ஜானு தண்ணீர் லாரி பின்னாடி வரிசையில் நிக்கிறதும். காலையில் காலைகடனுக்கு கூட வரிசையில் நிற்கவும் எனக்கு விருப்-பம் இல்லை. எந்த ஏரியாவில் இருக்கிறோம் அப்படிங்கிறத விட எந்த வீட்டில் இருக்கிறோம் என்பது தான் முக்கியம். இப்ப பாரு சென்னையோட முக்கியமான பகுதியான பேரிஸ் ஏரியில் இருக்கிறோம் ஆனால் வீடு எப்படி? சுத்தி நாலு சுவர் அதுல கொஞ்சமா தடுத்து ஒரு அடுப்பு மேடை. அப்றம் ஒரு சின்ன கட்-

டில் போட்டாலே பெட்ரூம் அடைஞ்சி போகுது..இதுக்கு மாசம் 5000 வாடகை. அதுக்கூட பரவாயில்லை ஒரு ஆத்திர அவசரத்துக்கு கழிப்பறை பயன்படுத்த முடியுதா?ச்சி இந்த நிலை என் மருமகளுக்கு வேண்டாம். இ.எம்.ஜ கட்டினா- லும் பரவாயில்லை சமாளிக்கலாம் ஏதோ ஒதுக்குபுற ஏரியாவில் ஒரளவு வசதியாக ஒரு வீட்டில் நிம்மதியா காலத்தை ஓட்டலாமே. என்று சொல்லி முடிக்கவும் சர்வர் பில் கொண்டு வரவும் சரியாக இருந்தது,அவர் பில் கொடுக்கும் முன்பே வினோத் பணத்தை நீட்டினான்.

"அப்பா பில் நான் தரேன்" ..

தந்தை புன்னகையிக்க அன்றைய இரவு நிம்மதியாக கழிந்தது.

சில மாதங்களுக்கு பிறகு.

வாசலில் செம்மண் இட்டு கோலம் போட்டுக்கொண்டு இருந்தாள் ஜானு. நன்கு பெரிய கோலமாக இருக்கவே ராதா அதைப்பார்த்து பூரித்து போனாள். "அம்மா- டியோ இம்புட்டு பெரிய கோலமா"?என்று வியப்பாக பார்க்க "ஏன் அத்தை நீங்க இவ்வளவு பெரிய கோலம் போட்டதே இல்லையா?என்று கேட்க.

"அது ஏன் மா கேக்குற அந்த குடித்தனவாசல் வீட்டில் ஒரு கம்பி இழுக்கவே இடமில்லை இதுல எங்க இவ்வளவு பெரிய ரங்கோலி எல்லாம்"என்று சளித்துக்- கொண்டார்.

"பேசிக்கொண்டு இருந்தவள் திடிருனு அ...அத்தை குழாய் திருப்பி விட்டு மறந்துட்டேன் என்று விருவிருனு ஓட அப்போது தான் நினைவுக்கு வந்தது தண்- ணீர் லாரி பின்னால் குடத்தை ஏந்திக்கொண்டு வரிசையில் நின்ற காட்சி".

...

...

வீட்டு வேலைகளை எல்லாம் முடித்துவிட்டு தனக்கும் கணவனுக்கும் டிபன் பாக்ஸ் எடுத்து பையில் வைத்துவிட்டு "ஏங்க நான் ரெடி வாங்க போகலாம் நேர- மாயிடுச்சு"என்று குரல் கொடுக்க அவனும் தன் கை கடிகாரத்தை கட்டியவாறு அறையிலிருந்து வெளியே வந்தான். பைக்கை கிளப்பி அவளையும் அமர்த்திக்- கொண்டு அலுவலகத்திற்கு சென்றான். ஆமாம் ஜானுவிற்கு வினோத்தின் அலு- வலகத்தில் வேலை கிடைத்ததால் அவளும் அவனுடன் பணிக்கு செல்கிறாள்.

பைக்கில் போகும் வழியில் இவர்களை முந்திச்சென்ற காரை பார்த்து "ஏண்டி இந்த கார் நம்ப வாங்குனா எப்படி இருக்கும்?" என்று கேட்க.

"நல்லாதான் இருக்கும் ம்ம்ம் என்ன பன்றது ஆசைப்படுறது எல்லாம் வாங்கி- டமுடியுமா?" என்று கூற.

"ஏண்டி அப்படி சளிப்பா சொல்ற?"என்ற கணவனிடம் "ஏன்னா நம்ப மிடில் க்ளாஸ், சின்ன சின்ன விஷயமே நமக்கெல்லாம் கனவு மாதிரி தான்"என்று கூறி பின்னே அமர்ந்தவாறு அவனை இறுகிகட்டிக்கொண்டாள்.

....முற்றும்...

2

ஒரு நொடி

ஒரு நொடி

அன்று வழக்கத்தை விடவும் கூட்டநெரிசல் மிக குறைவாகத்தான் இருந்தது ,எப்போதும் பரப்பரப்பாக இயங்கிக்கொண்டிருக்கும் சென்னை மாநகரமோ அமைதியாகவே இருந்தது.

"அண்ணே இந்த பிங்க் கலர் மாஸ்க் எவ்வளவு" என்றாள் அவள். அவளுடைய முகமோ துப்பட்டாவால் மறைக்கப்பட்டிருந்தது. அதை வாங்கிய அடுத்த நொடி அதை அணிந்தவள் ,தன் ஸ்கூட்டியை கிளப்பிக்கொண்டு விரைந்தாள். அந்த சட்டென்ற ஒரு நொடி தான் அவள் முகத்தை காணமுடிந்தது. நானும் எனக்கு வேண்டிய மாஸ்க்கை வாங்கிக்கொண்டு கிளம்பினேன்.

லாக்டவுன் காலத்திற்கு பிறகு அன்று தான் முதல்முறை வெளியே சென்றேன்,என் பெயர் தீபக் கல்லூரியின் இரண்டாம் ஆண்டு மாணவன். அன்று நண்பனைக் காணவே சென்றேன்.

"மச்சி வா டா உன்னை பார்த்து ஒருமாசம் ஆயிடுச்சு" என்றான் அவன்.

"ஆமா, ரகு அதான் பார்த்துட்டு போலாமேனு" என்றான் தீபக்.

ரகுவும் தீபக்கும் மொட்டை மாடியிற்கு சென்றனர். அங்கு போய் பார்க்க மாடிமுழுவதுமாய் செடிகொடிகள் காணப்பட்டன.

"என்ன மச்சான் இதெல்லாம். .இதுக்கு முன்பு இவ்வளவு செடி நான் பார்த்ததே இல்லையே" என்ற தீபக்கிடம் புன்னகையித்தபடி

"ஆமாம் டா,லாக்டவுன் நேரத்தில் சும்மா வீட்டிலேயே இருக்க ஒருமாதிரி இருந்துச்சு அதான் ,பாவக்காய் செடி, தக்காளி செடி னு நிறைய போட்டு வச்சேன். மாடிக்கு இப்பெல்லாம் வந்தாலே ஒரு ரிலாக்ஸ் கிடைக்குது. இந்த பசுமையான சூழலில் ஏதோ ஒரு நிம்மதி..." என்று சொல்லி முடிக்க அவனோ ஆமாம்

டா உண்மை தான். என்று தலையசைக்க அவனின் நினைவுகள் சற்று அந்த ஒரு நொடியை நோக்கி சட்டென்று சென்றது. பிங்க் கலர் மாஸ்க் அணிந்த அந்த முகத்தை...

"ஏய்....ஏ...." என்று தீப்க்கை உலுக்கினான் ரகு.

"என்னடா திடிரென வேற உலகத்துக்கு போயிட்ட"?

"ஒன்னுல டா..சரி அப்ப நான் கிளம்புறன்" என்று விடைபெற்று பைக்கை கிளப்பினான்.

"உன் முகம்..

ஒரு முறையாவது தென்படுமோ!

மறைக்கப்பட்ட கவசமே உன் நினைவாக இருக்கின்றதே"

என்ற வரிகள் அவனுக்குள் கவிதையானது. என்றாவது ஒரு நாள் அவளை பார்த்து விடமுடியும் என்ற நம்பிக்கையில் வீட்டுக்கு வந்தான்.அவனை பொறுத்த- வரை அந்த பசுமையான நியாபகம் அதுவே.

முற்றும்.

(கற்பனை சிறுகதை)

ஒரு நொடி

அன்று வழக்கத்தை விடவும் கூட்டநெரிசல் மிக குறைவாகத்தான் இருந்தது ,எப்போதும் பரப்பரப்பாக இயங்கிக்கொண்டிருக்கும் சென்னை மாநகரமோ அமை- தியாகவே இருந்தது.

"அண்ணே இந்த பிங்க் கலர் மாஸ்க் எவ்வளவு" என்றாள் அவள். அவளு- டைய முகமோ துப்பட்டாவால் மறைக்கப்பட்டிருந்தது. அதை வாங்கிய அடுத்த நொடி அதை அணிந்தவள் ,தன் ஸ்கூட்டியை கிளப்பிக்கொண்டு விரைந்தாள். அந்த சட்டென்ற ஒரு நொடி தான் அவள் முகத்தை காணமுடிந்தது. நானும் எனக்கு வேண்டிய மாஸ்க்கை வாங்கிக்கொண்டு கிளம்பினேன்.

லாக்டவுன் காலத்திற்கு பிறகு அன்று தான் முதல்முறை வெளியே சென்- றேன்,என் பெயர் தீப்க் கல்லூரியின் இரண்டாம் ஆண்டு மாணவன். அன்று நண்- பனைக் காணவே சென்றேன்.

"மச்சி வா டா உன்னை பார்த்து ஒருமாசம் ஆயிடுச்சு" என்றான் அவன்.

"ஆமா, ரகு அதான் பார்த்துட்டு போலாமேனு" என்றான் தீப்க்.

ரகுவும் தீப்க்கும் மொட்டை மாடியிற்கு சென்றனர். அங்கு போய் பார்க்க மாடிமு- ழுவதுமாய் செடிகொடிகள் காணப்பட்டன.

"என்ன மச்சான் இதெல்லாம் .இதுக்கு முன்பு இவ்வளவு செடி நான் பார்த்- ததே இல்லையே" என்ற தீப்க்கிடம் புன்னகையித்தபடி

"ஆமாம் டா,லாக்டவுன் நேரத்தில் சும்மா வீட்டிலேயே இருக்க ஒருமாதிரி இருந்துச்சு அதான் ,பாவக்காய் செடி, தக்காளி செடி னு நிறைய போட்டு வச்-

சேன். மாடிக்கு இப்பெல்லாம் வந்தாலே ஒரு ரிலாக்ஸ் கிடைக்குது. இந்த பசுமை-யான சூழலில் ஏதோ ஒரு நிம்மதி..." என்று சொல்லி முடிக்க அவனோ ஆமாம் டா உண்மை தான். என்று தலையசைக்க அவனின் நினைவுகள் சற்று அந்த ஒரு நொடியை நோக்கி சட்டென்று சென்றது. பிங்க் கலர் மாஸ்க் அணிந்த அந்த முகத்தை...

"ஏய்....ஏ...." என்று தீபக்கை உலுக்கினான் ரகு.

"என்னடா திடிரென வேற உலகத்துக்கு போயிட்ட"?

"ஒன்னுல டா..சரி அப்ப நான் கிளம்புறன்" என்று விடைபெற்று பைக்கை கிளப்பினான்.

"உன் முகம்..
ஒரு முறையாவது தென்படுமோ!
மறைக்கப்பட்ட கவசமே உன் நினைவாக இருக்கின்றதே"

என்ற வரிகள் அவனுக்குள் கவிதையானது. என்றாவது ஒரு நாள் அவளை பார்த்து விடமுடியும் என்ற நம்பிக்கையில் வீட்டுக்கு வந்தான்.அவனை பொறுத்த-வரை அந்த பசுமையான நியாபகம் அதுவே.

முற்றும்.

3

ரயிலில் ஒரு

அது ஒரு அந்தி மாலை நேரம், நானும் என் பெற்றோரும் சென்ட்ரல் இரயில் நிலையத்தை நோக்கி பயணித்தோம். சுமார் ஒருமணிநேர பஸ் பயணம் அது.

"சென்ட்ரல் வந்தாச்சு இறங்குங்க" என்று பேருந்து நடத்துனர் குரல் கொடுக்க ஒருவர்பின் ஒருவராக இறங்கினோம். வழக்கமாக இரயில் நிலையத்தினுள் நுழைந்ததும் டிஜிட்டல் அறிவிப்பு பலகையை நோக்குவது வழக்கம் தானே. ஆம் டிஜிட்டல் அறிவிப்பு பலகையை கண்டதும்...

'சார்மினார் எக்ஸ்பிரஸ்' நான்காவது ப்ளாட்பாரம் என்று குறிப்பிட்டு இருக்க..எங்கள் உடைமைகளை எடுத்துக்கொண்டு இரயில் பிடிக்க ப்ளாட்பா- ரத்தை அடைந்தோம். பெயர் பட்டியலில் எங்கள் மூவரின் பெயர் இருப்பதை உறுதிசெய்துக்கொண்டு உள்ளே ஏறி அமர்ந்தோம். 6.10 மணிக்கு தான் இரயில் கிளம்பும். அதற்கு இன்னும் அரைமணி நேரம் தான்.

ஜன்னல் இருக்கையை பிடித்துக்கொண்ட நான் ப்ளாட்பாரத்தை வியாபித்துக்- கொண்டிருக்கும் சிறுசிறு கடைகளையும் ,மக்கள் அங்கும் இங்கும் செல்வதையும் நோட்டமிட்டுக்கொண்டிருந்தேன்.

நான் அப்போது கல்லூரி மாணவி. விடுமுறை நாட்களில் ஹைதராபாத்தில் இருக்கும் எங்களுடைய உறவினர் வீட்டுக்கு செல்வது வழக்கம். அது ஒரு முழு இரவு நேர பயணம் என்பதால். இரவு முழுவதும் இரயிலில் கழிக்கும் அந்த அனு- பவமே தனிதான்.

ஆம் சிலர் தெலுங்கு மொழியிலும் ஒருசிலர் தமிழிலும் இன்னும் சிலர் ஆங்- கிலத்திலும் உரையாடிக்கொண்டிருக்கும் குரல்களும் , அவ்வப்போது கேன்டினிலி- ருந்து தேநீர் வியாபாரம் செய்யும்

"டீ...சாயா...சாயா...டீ" என்று வியாபாரம் செய்யும் குரல்களும் ஏதோ ஒருவித தனி சுகம். அதுமட்டுமின்றி அங்கு அமர்ந்திருக்கும் அனைவரும் ஏதோ நம்

குடும்பத்தினர் தான் என்ற உணர்வும் தோன்றும். நம் எதிரில் அமர்ந்திருப்பவர்-களிடம் பேச்சு கொடுப்பதும் ,அப்படியே ஜன்னல் வழியே வேடிக்கை பார்ப்பதும், அடுத்து என்ன ஸ்டேஷன் என்று எதிர்நோக்குவதும் இவையெல்லாம் இரயில் பயணத்தில் கிடைக்கும் அலாதியான சுகம்.

இரயில் பயணத்தை பிடிக்காது என்று சொல்லுபவர்கள் யார் தான் இருப்-பார்கள். எவ்வளவு வசதிகள் இருந்தாலும் விமானத்தில் பயணம் செய்வதை விட இரயிலில் பயணம் செய்வது தான் நல்ல அனுபவமாக இருக்கும்.

அப்படியான சுகமான பயணத்தை அனுபவித்துக்கொண்டிருந்தேன். "ஏய் சாப்பிடலாம் டி" என்று தாய் கூற..நாங்கள் எடுத்து வந்த கட்டையை அவிழ்த்து அதில் இருக்கும் சப்பாத்தியை பிய்த்து உண்டோம். அவ்வளவு தான் வேலை முடிந்தது.

அடுத்து என்ன உறக்கமா என்கீரீர்களா? அதுதான் இல்லை... பேசிக்-கொண்டே வந்தோம் . பெற்றோரிடம் பேசியவாறு என்னுடைய பார்வை அங்கு-மிங்கும் சென்றது. எங்களுக்கு பக்கத்தில் கல்லூரி மாணவர்கள் தான். இன்ஜினி-யரிங் படிக்கிறார்கள் போலும். அரட்டை அடித்துக்கொண்டு வந்தார்கள். நானும் சற்று அவர்களை வேடிக்கை பார்த்துக்கொண்டு தான் வந்தேன்...

அப்போது நானும் கல்லூரி படித்துக்கொண்டு இருந்தேனல்லவா ஒரே வயதுக்-குரிய சக மாணவர்கள் என்பதால் அவர்கள் பேச்சு முகபாவனைகள் எல்லாம் ஈர்க்கப்பட்டது. அவர்களும் தங்களை பொதுவாக அறிமுகம் செய்தபடி இருக்க...

இரவு உறங்கும் நேரம் வந்தது.

"அப்பா நான் மிடில் பர்த்தில் படுத்துக்குறேன்" என்றேன் தந்தையிடம்.

ஏனெனில் எனக்கு எப்போதும் மிடில் பர்த்துதான் மிகவும் பிடித்தவை. ஒருவித பாதுகாப்பு உணர்வும்,ஒருவித சவுகரியமான இடமுமாக அது இருப்பதால். படுத்த எனக்கு உடனே உறக்கம் வரவில்லை. ஏதோ வானொலி கேட்பது போல் இரயில் ப்ளாட்பாரங்களில் கேட்கும் சத்தத்தை எல்லாம் கேட்டுக்கொண்டே வந்தேன்.

சரி அதான் உறக்கம் வரவில்லையே..தண்ணீர் பருகிவிட்டு படுப்போம் என்று தண்ணீர் குடிக்க எழுந்தேன். எழுந்து எதிரே நோக்கினால் அதிர்ச்சி கலந்த ஆச்-சரியம் மிளிர்ந்தது.

'ஆமாம் இவங்க கூட இருந்த மத்த ப்ரண்ட்ஸ் எங்கடா காணோம்' என்று விழித்தேன். ஆம் அந்த கூட்டத்தில் இருந்த அந்த ஆண் பெண் இருவரை தவிர மற்ற நண்பர்கள் வேறு சீட்டில் இருக்கிறார்கள் போலும். ஆர்.ஏ.ஸி புக்கிங் போல-ருக்கு. அதான் ஒரே சீட்டை அந்த மாணவியும் மாணவனும் பகிர்ந்து கொண்-டனர்.

ஒரே பர்த்தை உறங்குவதற்கு ஒரு இளம் வயதுடைய ஆணும் பெண்ணும் பகிர்ந்து கொள்கிறார்கள் என்றால் அது அவ்வளவு எளிதல்லவே. நிச்சயம் இரு-

வரும் காதலர்களாக இருக்க வேண்டும் என்று தோன்றியது. ஆனால் அந்த காத-லில் ஒருவித கண்ணியம் இருந்தது. பார்ப்பதற்கு தவறாக ஏதும் புலம்படவில்லை. மாற்றாக என் உதட்டில் சிரிப்புதான் மலர்ந்தது.

ஆனாலும் மனதில் ஒரு குமுறல்...

"எப்படித்தான் காதலர்கள் வீட்டில் தெரியாமல் ஒன்றாக இப்படி பயணிக்கிறார்-களோ" என்று.

'ம்ம்ம் நமக்கெல்லாம் இவ்வளவு தைரியம் வராது டா சாமி' என்று போர்-வையை இழுத்து போர்த்திக்கொண்டு உறங்க தயாரானேன். மறுநாள் பொழுது விடிந்ததும் இரயில் ஹைதராபாத் வந்து சேர்ந்தது.

ஒரு இனிதான பயணம். அந்த காதலர்களை இன்று வரை மறக்க முடிய-வில்லை. இன்றும் நினைத்தால் சிரிப்புதான் வருகிறது.

நன்றி .

....

4

நிலாவே

எனக்கு பெரியதாய் கனவுகள் ஏதுமில்லை. கடவுள் பக்தியும் அளவே, சாஸ்திரம் சம்பிரதாயம் பற்றி எல்லாம் தெரிந்துக்கொள்வதில் கூட ஆர்வம் காட்டுவதில்லை...

ஆனால் நான் ஒரு இயற்கையின் காதலி. இயற்கையோடு ஒன்றிவாழ்வதில் அலாதியான பிரியம். என் வீட்டைச்சுற்றி பசுமையான செடிக்கொடிகளை வளர்த்து வருகிறேன். தினமும் சூரியன் அஸ்தமிக்கும் அந்த அழகிய காட்சியை கண்டு ரசித்தபடியே சிறிது நேரம் அமர்ந்திருப்பேன்...

இதையெல்லாம் ஏன் உங்களிடம் பகிர்ந்து கொள்கிறேன் என்று தெரியவில்லை ஆனால் என்னைப்பற்றி நீங்கள் தெரிந்துக்கொண்டே ஆகணும். ஏனெனில் இதை- யெல்லாம் பகிர்ந்துக்கொள்ள எனக்கு உறவு என்று சொல்லிக்கொள்ள யாரு- மில்லை. கல்லூரியில் படிக்கும் காலத்தில் ஒருசில நட்புக்களே இருந்தனர். தற்- போது அவர்களும் அவரவர் கனவைத்தேடி பயணித்துக்கொண்டிருக்கின்றனர்.

விபத்தில் என் பெற்றோர் இறந்தபின் எனக்கென்று துணை யாருமில்லை. எனக்காக விட்டுச்சென்றது அவர்கள் சேர்த்து வைத்த அளவுக்கு மீறிய சொத்துக்- களே, அதனால் என் வயிற்றுக்கு ஏதும் பஞ்சமில்லை என்றாலும் அதை நிர்வாகம் செய்வதிலேயே என்னுடைய பாதி நாட்கள் போய்விடுகிறது.

அதையும் மீறி என்னை கலகலப்பாக வைத்துக்கொள்ள பக்கத்து வீட்டு குட்- டிபாப்பா தன்யஸ்ரீ வந்துவிடுவாள்.

"அக்கா, விளையாடலாமா" என்ற குரலுடன் கையில் விளையாட்டுச்சாமானை எடுத்துக்கொண்டு. அவளுடன் விளையாடும் அந்த சிலமணி நேரம் என்னையே நான் மறக்கச்செய்வேன்.

தாய்மையின் மகத்துவத்தை அவளுடன் பழகும்போது எனக்கு புரிந்தது. அவள் சில நேரங்களில் மறந்துப்போய் என்னை அம்மா என்றுக்கூட அழைத்துவிடுவாள்.

பெண்ணாக பிறப்பதற்கே நல்ல மாதவம் செய்திருக்க வேண்டும் என்று சும்மாவா சொன்னார்கள். உண்மையில் நான் பெண்ணாக பிறந்ததை நினைத்து பெருமையடைகிறேன். ஆனால் ஒரு பெண்ணாக இன்னும் என் வாழ்க்கை முழுமையடையவில்லை. ஆம் என் வாழ்க்கையிலும் கல்யாணம் காட்சியெல்லாம் அரங்கேறுமா? யார் நடத்தி வைப்பார்கள்?.

உறவினர்கள் எல்லாம் என்னிடம் இருக்கும் பணத்திற்காக ஒட்டிக்கொள்கிறார்களே தவிர உண்மையான அக்கறை ஏதும் செலுத்துவதில்லை...

ஏதோ ஆடிக்கு ஒரு முறை அமாவாசைக்கு ஒருமுறை என எப்போதாவது வருவார்கள். வந்துவிட்டு இல்லாத ஒரு வறுமை பாட்டை பாடிவிட்டு என்னிடம் எவ்வளவு முடியுமோ அவ்வளவு வசூல் செய்துவிட்டு.

"சரி சரி நான் கிளம்புறேன். உடம்பை பாத்துக்கோ" என்று சொல்லிவிட்டு நடையை கட்டுவார்கள். என்னடா ஒரு பெண்பிள்ளை தனியாக கஷ்டபடுகிறாளே அவளுடன் இருப்போம் அல்லது அவளை அழைத்துக்கொண்டு நம் வீட்டில் வைத்து பார்த்துக்கொள்வோம் என்று கூட அவர்களுக்கு தோன்றுவதில்லை.

'எப்படியோ போகட்டும். சரி சரி உங்கள் கிட்ட பேசிட்டே இருந்ததில் மொட்டைமாடியில் காயவைத்த துணிமணிகளை எடுக்க மறந்துவிட்டேன். இருங்கள் எடுத்துக்கொண்டு வந்துவிடுகிறேன்...

(பத்து நிமிடம் கழித்து)...

ட்ரிங்...ட்ரிங்....

'காலிங்பெல் சத்தம் கேட்கிறதே யாராக இருக்கும்' இருங்கள் பார்த்து விட்டு வருகிறேன்.

(கதவை திறந்தபோது)

ஆச்சரியத்திலும் மகிழ்ச்சியிலும் என் கண்கள் மிளிர்ந்தது. என்ன ஒரு அதிசயம். என்னுடைய பள்ளித்தோழன் பலவருடம் கழித்து என்னை பார்க்க வந்திருக்கிறான்.

"ஏய்...சந்தோஷ் எப்படி இருக்கே"?

"எனக்கென்ன காயத்ரி. நான் நல்லா இருக்கேன்"

"என்ன இந்த பக்கம் திடிரென".

"நான் போனவாரம் தான் பெங்களூரிலிருந்து வந்தேன். என்னனு தெரியல திடிரென உன்னை பாக்கணும் போல இருந்துச்சு அதான்".

"ஓ...சரி சரி. உன் வாழ்க்கை எப்படி போகுது டா சந்தோஷ்"...

"ஹாஹா நல்லாபோது காயத்ரி. உன்கிட்ட ஒன்று கேட்கணும் அது நீ முடியாதுனு மட்டும் சொல்லிடாத ப்ளீஸ்".

"சரி என்னனு சொல்லு".

"என் வீட்டுக்கு மருமகளா வந்துடுறீயா"?

'என் கண்கள் கோலி குண்டுகள் போல சுழன்றது'

"என்ன சொல்ற நீ".....

"இல்லை... என் வாழ்க்கை துணையா வரணும்னு ஆசைப்படுறேன். இது இன்னைக்கு நேத்து வந்த ஆசையெல்லாம் இல்லை. ஆரம்பத்தில் இருந்தே உன்னை ரொம்ப பிடிக்கும். உன்கிட்ட காதலை சொல்றதுக்கு எனக்கு அப்போது தைரியம் வரவில்லை. இப்போ சொல்லியே ஆகணும்னு தோனுது. ப்ளீஸ் வேண்-டாம்னு சொல்லிடாத".

"சந்தோஷ் உங்கள் வீட்டில் என்ன சொல்லுவாங்கனு கொஞ்சம் யோசித்து பாத்தியா." என்றதும்

"எங்கள் வீட்டில் பேசிட்டு தான் உன்கிட்ட நான் பேசவே வந்துருக்கேன்.

என்று அவன் சொன்ன அந்த நொடி என் கண்களில் நீர் சுரந்தது. என்னை இந்த அளவு காதலிக்கிற ஒரு நேர்மையானவனை பாக்குறப்ப எனக்கு என்ன சொல்றதுனே தெரியல...

"காயூ... இன்னுமா யோசிக்கிற" என்றது அவனுடைய குரல்.

"இல்லை. யோசிக்க எதுவுமே இல்லை. இனி நீ தான் எனக்கு எல்லாமே." என்று நான் சொல்லிவிட்டு என் பெற்றோர் புகைப்படத்தை பார்த்தேன். கைகூப்பி வணங்கியபடி

"சொத்தை தவிர எனக்குனு எதுவுமே இல்லைனு நினைக்கிறப்ப சந்தோஷை அனுப்பி வச்சிருக்கீங்க ரொம்ப தாங்க்ஸ்" என்று மனம்விட்டு வணங்கினேன். புகைப்படத்தில் மேல் வைத்த ரோஜா ஒன்று என் தலையில் விழுந்தது என்னை ஆசிர்வதிப்பது போல்.

....

நன்றி.

5

தாலி

—————⊙⊙⊙—————

மேஜை மேல் இரண்டு கோப்பைகள் அதில் தழும்ப தழும்ப காபி நிறைந்திருந்தது. ஆவிபறக்க அதை எடுத்து பருகும் நேரம்.என்ன காபி குடிப்பதற்கு ஏன் இந்த காத்திருப்பு? சூடாக பருகினால் தான் என்ன? இல்லை இல்லை இன்னும் கொஞ்சம் நேரம் அவரிடம் பேசிவிட்டு அதற்கு பிறகு பருகலாமே என்றது மனம்.

"என்ன திவ்யா பேச்சை அப்படியே நிப்பாட்டிட்ட? என் கேள்விக்கு நீ பதில் எதுவும் சொல்லவில்லையே" என்றார் என் எதிரில் நின்றுகொண்டு இருக்கும் கார்த்திக். மன்னிக்கவும் டாக்டர் கார்த்திக்.

"அ...அது வந்து "என்று வார்த்தைகள் கொட்ட நினைத்தாலும் மனது ஏனோ தடுமாறிக்கொண்டே இருக்கிறது. என்ன சொல்வது ? சம்மதம் சொல்லலாமா வேண்டாமா என்று குழம்பியது என் மனம்.

"திவி மா உன்னை தான் கேக்குறன் பதில் சொல்லு என்று என்னை உலுக்கினார் கார்த்திக்"

"அப்பா அம்மாவுக்கு ஓகே னா எனக்கும் ஓகே தான் கார்த்திக்" என்றேன் சற்று சுதாரித்து கொண்டு.

"ஏன் இவ்வளவு யோசிக்கிறனு நான் தெரிஞ்சிக்கலாமா"என்றார் சாதாரணமாக,அதற்கு நான் மௌனமாகவே நின்றிருந்தேன். எனது மௌனம் அவருக்கு புரியவில்லையோ என்னவோ சரி நேரடியாகவே சொல்லிவிடுவோம்.

"இல்லைங்க அது வந்து நான் ஒரு விதவை. எனக்கு நீங்க வாழ்க்கை தருவது மிகப்பெரிய விஷயம்.ஆனால் என்னுடைய இரண்டு வயது மகளையும் நீங்க ஏத்துப்பிங்களா மாட்டிங்களா னு எனக்குள் ஒரு சந்தேகம். நான் புருஷனை இழந்துட்டு தனியா அழுதுட்டு இருந்தப்ப என் குழந்தையோட புன்சிரிப்பு தான் எனக்கு ஆறுதல் தந்தது. என்னால் என் குழந்தையை பிரிந்து வாழவே முடியாது. நீங்க குழந்தையை நிராகரிச்சா நான் இந்த கல்யாணத்துக்கு சம்மதிக்க மாட்டேன்."

இப்பொழுது அவர் ஏனோ மௌனமானார். அவரிடமிருந்து என்ன பதில் வரப்-போகிறது என்பதில் எனக்கு ஆவல் தொற்றிக்கொள்ள அவர் கண்களையே பார்த்-துக்கொண்டிருந்தேன். ஏதோ பதில் சொல்ல முற்பட்டபோது தான் அந்த பாழா போன அவருடைய கைப்பேசி அழைத்தது.

எதிர்முனையில் "டாக்டர் இங்கே ஒரு டெலிவரி கேஸ் க்ரிட்டிக்கல் சீக்கிரம் வாங்க சிஸேரியன் பன்னனும்" என்றவுடன் என்னிடம் எதுவும் கூறாமலே அவர் அவருடைய மருத்துவமனைக்கு சென்றுவிட்டார். அவர் இறங்கி காரை கிளப்பிக்-கொண்டு செல்லும் வரை என்னுடைய பால்கனியில் நின்று பார்த்துக்கொண்டிருந்-தேன்.

உங்களின் பதிலுக்கு என் மனம் காத்திருக்கும் என்றபடி திரும்ப அப்போது தான் மேஜையில் இருந்த காபி இரண்டும் ஆறிக்கொண்டிருப்பதை உணர்ந்தேன். ஒரு கோப்பையை எடுத்து கையில் ஏந்தியபடி பருக ஆரம்பித்தேன். ஆறினாலும் காப்பியின் சுவை மட்டும் அப்படியே இருந்தது. இன்னொரு கோப்பையில் இருந்த காப்பியோ அவர் சென்றுவிட்டார் என்பதை கூட உணராது அப்படியே இருந்தது. பாவம் அதற்கென்ன தெரியும்,நான் ஒரு பைத்தியக்காரி ஹாஹா அந்த இன்-னொரு கோப்பையில் இருந்த காப்பியினை எடுத்து சமையலறை சிங்கில் ஊற்-றிவிட்டு வெளியே வர கையில் எனது இரண்டு வயது மகளுடன் என் அம்மா நின்றுகொண்டு இருக்க..

"என்ன டி மாப்பிள்ளை கிட்ட பேசினியா என்ன சொன்னாரு ஓகேவா இல்-லையா ?"

"தெரியவில்லை"என்று ஒற்றை வார்த்தையில் கூறிவிட்டு என் குழந்தையை வாங்கிக்கொண்டு எனது அறைக்கு சென்றேன். குழந்தையை உறங்க வைக்க முயற்சிக்க அது உறங்காமல் என்னை பார்த்துக்கொண்டிருந்தது.

"செல்லம் ஏண்டா தூக்கம் வரலையா"?

அதனின் மழலை மொழியில் "ம்மா என்று ஆரம்பித்து ஏதோ சொல்ல அதற்கு தூக்கம் வரவில்லை என்பதை புரிந்து கொண்டேன்.அவளை அள்ளி என் தோள் மீது சாய்த்தபடி தட்டி தட்டி தூங்கவைத்தேன். அப்போது எனது படுக்கை-யறையில் என் எதிரே இருந்த மேஜைமேல் என் முன்னாள் கணவருடன் சேர்ந்து எடுத்துக்கொண்ட போட்டோ ஃப்ரேம் இருக்க அதை பார்க்க என் மனம் சற்று கலங்கியது.

"என்னங்க சாரிங்க உங்கள் இடத்தில் இன்னொருத்தரு வரப்போறாரு . இது எல்லாமே என் குழந்தைக்காக தான். இவ வளர வளர இவளுக்கு அப்பாவின் துணை வேணும். அதற்காக தான் இந்த மறுமணம் க்கு நான் ஒத்துக்கிட்டேன்" என்று கண்கலங்கிய நிலையில் அந்த போட்டோவை பார்த்துக்கொண்டிருந்தாள். பழையன நினைவுகள் எல்லாம் நினைவுக்கு வந்தது.

அந்த அழகிய மார்கழி மாதத்தில் என் சங்கு கழுத்தில் அவர் கையால் எனக்கு தாலி கட்ட இனிதே திருமணம் பெரியோர் ஆசிர்வாதத்தால் நடைப்பெற்றது. திருமணம் முடிந்து அந்த எட்டு மாதம் நான் சந்தோஷமாகத்தான் இருந்தேன் ஆனால் அந்த கோரவிபத்து அவரை என்னிடமிருந்து பிரித்து வைத்தது. அப்போது நான் இரண்டு மாத கர்ப்பிணி. வயிற்றில் புள்ளைய வைத்துக்கொண்டு அழாத தாயி என்று பெரியோர் கூற அவரது ஈமச்சடங்கில் என்னால் கதறி கூட அழமுடியவில்லை. மனதை கல்லாக்கி கொண்டேன்.

மாதங்கள் உருண்டோடின இவளும் பிறந்துவிட்டாள்.இவளுடைய பிறப்பை என் மாமியார் வீட்டார்"அப்பனை விழுங்கிக்கொண்டு பிறந்தவள்"என்று குறை சாற்றின. அப்போது தான் என் உரிமைக்குரல் ஒளித்தது "ஏன் இந்த குழந்தை என்ன பாவம் பன்னுச்சு"என்று தைரியமாக வாதாடினேன். என் கஷ்டத்தை பொறுக்க முடியாது என் பெற்றோர் என்னை அவர்கள் வீட்டுக்கு அழைத்து வந்தனர். என்ன சொன்னேன் பெற்றோர் வீடா? இல்லை இனிமேல் இது என்னுடைய வீடு. என்று முடிவுக்கு வந்தேன்.

"எவ்வளவு நாள் தான் இப்படி அழுதுகொண்டே இருப்ப பேசாமல் வேலைக்கு போமா மனசுக்கு ஆறுதலா இருக்கும் " என்றனர் என் அம்மாவும் அண்ணியும்.

சரி குழந்தையை இவர்கள் பார்த்துக்கொள்வர். என்று நான் வேலைக்குச் சென்றேன். ஒரு மருத்துவமனையில் லேப் டெக்னிஷியனாக சேர்ந்தேன். ஏனெனில் நான் லேப் டெக்னாலஜி படித்திருக்கிறேன். இந்த துறையில் ஓராண்டு அனுபவமும் இருந்தது. அங்கு சேர்ந்த முதல் நாளே டாக்டர் கார்த்திகை சந்தித்தேன்.அவர் அமரும் கன்சல்டிங் அறையை தாண்டியே லேபிற்குள் நான் நுழைய வேண்டும் ,எப்படியோ ஒரு பத்து முறையாவது நான் அவரை கடக்க நேரிடும்.சில நேரம் அவர் அவரது இருக்கையில் அமர்ந்திருப்பதை காணமுடியும்...

எதர்ச்சையாக அவர் என்னை அவ்வப்போது பார்ப்பதும் உண்டு. ஒரு நாள் ஒரு ரிப்போர்டில் கையெழுத்து வாங்கிட அவரது அறைக்கதவை திறந்தேன். "எக்ஸ்க்யூஸ்மீ சார்" என்று கதவை திறக்க...

"எஸ் கம் இன்" என்றார் புன்னகையுடன்.

"சார் கையெழுத்து"...

"ம்ம்ம்"..

அவர் கையெழுத்து இட்ட ரிப்போர்டை எடுத்துக்கொண்டு வெளியே செல்ல முற்பட்டபோது அவருடைய குரல் என்னை நிறுத்தியது.

"திவ்யா..."

அவர் கூப்பிட்ட அந்த நொடி எனக்கு படபடத்தது இதயத்துடிப்பு வேகமாக அடித்தது..

"என்னங்க சார்"

"நாளைக்கு எங்க அப்பா அம்மாவுக்கு திருமணநாள். கண்டிப்பா நீங்களும் வரணும். வருஷா வருஷம் விமர்சையாக கொண்டாடுவோம். இந்த வாட்டி நீங்க புதுசா வந்திருக்கிங்க ஸோ உங்களையும் இன்வைட் பன்னலாமேனு கூப்பிட்டேன்".

"ஓகே சார்" நான் வரேன் என்று கூறிவிட்டு வேகவேகமாக இடத்தை விட்டு நகர்ந்தேன். மறுநாள் மாலை அவர் அழைத்த கொண்டாட்டத்திற்கு போகலாமா வேண்டாமா என்ற யோசனை. நர்ஸ் தீபா எனக்கு போன் பன்னாத வரைக்கும் குழப்பத்தில் இருந்த எனக்கு அவள் அழைத்தவுடன் சரி என்று தயார் ஆகி-னேன்.

எனது வார்ட்ரோப் திறந்து அதிலிருந்த ஒரு வெள்ளை நிறத்தில் ஆங்காங்கே நீல வண்ணப்பூக்கள் இருக்கும் சுடிதார் ஒன்றை எடுத்து உடுத்திக்கொண்டு கையில் இரண்டு ஜோடி தங்க வளையலுடனும். நெற்றியில் ஒரு சிறிய கருப்பு பொட்டும். தலையை விரித்துவிட்டு மத்தியில் ஒரு க்ளிப் போட்டுக்கொண்டு கிளம்பினேன்.

தீபாவும் நானும் ஆட்டோ பிடித்து டாக்டர் கார்த்திக் வீட்டுக்கு சென்றோம். எங்களை அவர்கள் வீட்டார் அனைவரும் இன்முகத்துடன் வரவேற்றனர். கேக் வெட்டி மகிழ்ந்த அவர்கள் நிறைய புகைப்படம் எடுத்துக்கொண்டு இருக்க நான் ஒரு ஓரத்தில் இருந்தபடி அந்த காட்சியை பார்த்துக்கொண்டிருக்க...என் எதிரே சட்டென்று கார்த்திக் வந்து நின்றார்.

"சார்"..

"ஹாஹா.. என்ன திவ்யா யாரோ போல தனியா நிக்கிறிங்க வாங்க போட்-டோஸ் எடுத்துக்கங்க என்று அழைத்தார்".

"இல்லை சார் பரவாயில்லை".

"ஓகே வாங்க வீட்டை சுத்தி காட்டுறேன்" என்று என்னை அழைத்துக்-கொண்டு வீட்டை வலம் வந்துக்கொண்டிருக்க... அவருடைய அறையை நெருங்-கினோம். அறை முழுவதும் அவருடைய புகைப்படம் நிரம்பி வழிந்தது.

"சார் இது என்ன இவ்வளவு படங்கள்"?

"ஹாஹா ஏன் திவ்யா இருக்கக்கூடாதா?"

"இல்லை... அறை முழுக்க இவ்வளவு போட்டோஸ் அதான்"

"நான் என்னை அவ்வளவு லவ் பன்றேன் திவ்யா. நம்பள நாம லவ் பன்னா தான் மத்தவங்க நம்மை மதிப்பாங்க."

"ஹாஹா உண்மை தான் சார். ஆனால் இப்பலாம் என் வாழ்க்கை யே வெறுத்து போச்சு, ஹஸ்பண்டு இறந்ததுல இருந்து எனக்கு என் மேலயே வெறுப்பு வருது"..என்று கண்கலங்கியபடி நிற்க அவருடைய கைகள் என் தோள்களை பற்-றியது "ரிலாக்ஸ் திவ்யா இதுவும் கடந்து போகும்.. உன்னை பற்றி கேள்விபட்-டேன், உண்மை சொல்லனும்னா உனக்கு ஒரு மாற்றம் தரும்னு தான் இந்த திரு-

மணநாள் விழாவுக்கு கூப்பிட்டேன்".

....

... சில நிமிட மௌனத்திற்கு பிறகு என் கண்களை துடைத்து கொண்டு நகர்ந்-
தேன். என்னை பார்த்தபடி அவர் அங்கேயே நின்றுகொண்டு இருந்தார். நாட்கள்
கடந்து செல்ல இவர் எனக்கு ஒரு நல்ல நண்பரானார். இவரது நட்பில் நான்
என் சோகத்தை சற்று மறக்க முயற்சித்தேன்.

திடிரென தற்போது இரண்டு நாள் முன்பு தான் அவருடைய பெற்றோர் பெண்-
கேட்டு வந்தனர்.

"எங்க பையன் கார்த்திக் உங்கள் மகளை விரும்புறான். இதை உங்கள்
பொன்னு திவ்யா கிட்ட நேரடியாக சொல்ல சங்கடப்பட்டான். அதான் முறைப்படி
பேச நாங்க நேரில் வந்திருக்கோம்"

"அதுக்கென்ன என் மகள் உங்கள் பையனை கட்டிக்க கொடுத்து வச்சிருக்-
கனும்" என்று சம்மதம் தெரிவிக்க..

எனது சம்மதம் என்னவென்று அறிந்து கொள்ளவே கார்த்திக் என்னை சந்-
திக்க தனியாக இங்கே வந்தார் இன்று.

"பிடிச்சிருக்கா"....? "சம்மதமா"...இப்படி அவர் கேட்ட கேள்விக்கு பதில்
சொல்ல முடியாது தான் தடுமாறினேன் அதற்கு காரணம் என் குழந்தையை அவர்
ஏற்றுக்கொள்வாரா என்ற சந்தேகம் தான். அது மட்டுமல்ல சமுதாயத்தில் ஒரு
பெண் மறுமணம் செய்யும்போது அதை எப்படி ஏற்றுக்கொள்ளும் என்று தெரிய-
வில்லை.

"பொண்டாட்டி செத்துட்டா புருஷன் புது மாப்பிள்ளை "என்ற பழமொழியை
கேள்விப்பட்டிருப்போம் ஆனால் இதே ஒரு பெண் மறுமணம் செய்வதை எவ்வாறு
சமுதாயம் பார்க்கிறது என்று புரியவில்லை எனவே கார்த்திற்கின் கேள்விக்கு என்-
னால் உடனே பதிலளிக்க முடியவில்லை.

நேரம் கடந்தது குழந்தையும் ஒரு வழியாக தூங்கிவிட்டாள். அவளது
தலையை வருடிவிட்டு அறையை விட்டு வெளியே வந்தேன். நேரம் மணி மாலை
6.30 .

"இந்நேரம் அவர் மருத்துவமனையிலிருந்து வீட்டுக்கு போகியிருக்க வாய்ப்பு
உண்டு "என மனதிற்கு தோன்ற எனது கைப்பேசி யை எடுத்து அவரது நம்பர்
டையல் செய்ய...

"சொல்லு திவ்யா... ஓ..சாரி சாரி போன் பன்ன மறந்துட்டேன் பிஸியா இருந்-
தேன்." என்று ஒரு சஞ்சலமும் இல்லாமல் எதார்த்தமான பேச்சை அவன் துவக்கி
வைக்க.

"ம்ம்ம் சரி பரவாயில்லை அப்றம் உங்கள் கிட்ட பேசனும் தோனுது ஆனால்
இப்ப வேண்டாம் நாளைக்கு காலைல எங்கள் வீட்டுக்கு பக்கத்தில் இருக்கிற

ஷாப்பிங் மாலில் வெயிட் பன்றேன் கரெக்டா பத்து மணிக்கு வந்திடுங்க".என்றாள்.

"ம்ம் ஓகே வரேன்" ஓகே டேக் கேர் திவ்யா என்றபடி கார்த்திக் அழைப்பை துண்டிக்க. மறுநாள் காலை பொழுதிற்காக என் மனம் ஏங்கியது.

காலை பொழுது விடிந்ததும் அரக்கபரக்க தயாரானேன். குழந்தையை கையில் ஏந்திக்கொண்டு ஷாப்பிங் மஹாலில் உள்ள நுழைந்தேன். முதல் மாடிக்கு செல்ல எக்ஸலேட்டரில் ஏற சற்று பயமாக இருந்தது ஏனெனில் கையில் குழந்தை வேறு, எனவே ஏறலாமா வேண்டாமா என்று மனம் யோசிக்க சட்டென "குழந்தையை இங்கே குடு நீ ஏறு " என்று யாரோ குரல் கொடுக்க திரும்பி பார்க்க அங்கு கார்த்திக் நின்றிருந்தார் .

"கா...கார்த்திக் நீங்க அப்பவே வந்துட்டிங்களா??"

"ஹாஹா. ஆமா நீ ஏறலாமா வேண்டாமானு யோசிக்கிற நேரத்தில் வந்துட்-டேன்."

"ஓ. "

"ஹாஹா குழந்தையை என் கையில் குடு என்று ஆசையாக குழந்தையை ஏந்திக்கொண்டு,ஒரு கையில் குழந்தையும் மறுகையில் அவளையும் பிடித்தவாறு எக்ஸலேட்டரில் ஏறினான்"

முதல் மாடி நெருங்கியது...

இருவரும் ஒரு ஐஸ்கிரீம் ஆர்டர் செய்துவிட்டு பேச்சை துவங்கினர்.

"திவி மா இன்னுமா டா உனக்கு குழப்பம்"

"இல்லைங்க அது வந்து".

"இங்க பார்..இந்த குழந்தை உனக்கு பிறந்தது ,உன் வயிற்றில் பிறந்தது இது தாண்டி எனக்கு யோசிக்க தெரியல, எப்படி பார்த்தாலும் இனிமே இது ..."

"இது?".

"நம்ப குழந்தை திவி " என்று அவளது கண்களை எதிர்நோக்கி கூறினான். அவனது பதிலில் அவளுக்கு எல்லாம் புரிந்துவிட்டது என்றாலும் மீண்டும் குழப்-பம்...

"ஏங்க... இந்த கல்யாணம் அவசியம் தேவையா?" நல்லா யோசித்து தான் முடிவு எடுத்திங்களா?.

"ஹாஹா... முடிவு எடுத்தபின்பு பின்வாங்கி போறது எனக்கு சுத்தமா பிடிக்-காது. இங்க பாரு நீ என்ன யோசிக்கிற எனக்கு நல்லாவே புரியுது. ஊர் என்ன பேசும் உலகம் என்ன பேசும் னு நான் கவலை படவில்லை"...ஏன் விதவைக்கு வாழ்க்கை தருவது அவ்வளவு பெரிய குற்றமா?என்று புருவங்கள் உயர்த்தியவன் அவள் விழி பிதுங்குவதை கண்டான். மெல்ல அவள் கைகளை பற்றியவன்.

"திவி மா வாழ்க்கை முழுக்க உன்கூட ட்ராவல் பன்னனும் னு ஆசைப்படுறன். என்னோட பயணத்துல நீ பயணிக்கனும் னு ஆசைப்படுறன். இந்த பயணத்தில்

எதுவுமே தடையாக இருக்காது".

"கார்த்திக்.."என்று அவனது பெயரை உச்சரித்தாள் கண்களில் நீர் ததும்ப.

"திவி இதுவரையில் எனக்கு காதல் கீதல்லனு எதுவும் வந்தது இல்லை. உன்னை பார்த்தப்பிறகு தான் என் மனசுல கல்யாணம் பற்றின ஆசையே வந்தது. ப்ளீஸ் திவி எதுவும் யோசிக்காமல் இந்த கல்யாணத்துக்கு ஒத்துக்க"

"ஏங்க நமக்கு கல்யாணம் ஆகி இன்னொரு குழந்தை பிறந்தால்,இவளை மறக்கமாட்டிங்கள?"என்று சிறுபிள்ளை போல் அழுதுகொண்டே கேட்க..

அவள் கண்களை துடைத்தவன் "ஹாஹா இன்னொரு குழந்தை பற்றி நான் இன்னும் யோசிக்கவே இல்லை திவி மா. இங்க பாரு எல்லாத்தையும் போட்டு ஏன் மனசுல குழப்பிக்கிற?ஃப்ரீயா விடு"

"சார் ஐஸ்கிரீம்" என்று வெயிட்டர் நீட்ட அதை வாங்கியவன் ஒரு ஸ்பூன் ஐஸ்கிரீம் எடுத்து அந்த குழந்தைக்கு ஊட்ட முயற்சித்தான். "வேண்டாம் என்பது போல் குழந்தை தலையசைக்க"...

"செல்லம் அப்பா கொடுக்கிறேன்ல கொஞ்சம் சாப்பிடு டா..என்று ஐஸ்கிரீம் திணிக்க".. வாயில் வாங்கி சுவைத்தது அந்த குழந்தை.

"கார்த்திக்" ...

"திவ்யா... ஓ உன்னை மறந்துட்டேன் பாரு. இந்தா உனக்கு ஒரு ஸ்பூன்"...என்று ஊட்ட முயற்சிக்க அவளோ அவனது கையை பிடித்து தடுத்த-வள்,அந்த ஸ்பூன் வாங்கி ஐஸ்கிரீம் அள்ளி அவனுக்கு ஊட்டினாள்.

"லவ் யூ திவ்யா" என்று அவன் கூறிய காதல் வெளிபாட்டில் அவள் முகம் சிவந்தது வெட்கத்தில்.

சிறிது நாட்கள் கழித்து.

"மாங்கல்யம் தந்துனானேனா ....என்று மங்கள பாடல் ஒலிக்க இனிதே அவள் கழுத்தில் தாலி ஏறியது. ".....

விதவை கோலம் மறைந்தது. மங்கள கலை அவள் முகத்தில் எழும்பியது. இதை கண்ட அவளது பெற்றோர் சந்தோஷப்பட்டனர்.

திருமணம் முடிந்ததும் கையில் குழந்தையுடன் திவ்யாவும் கார்த்திக்கும் கார்த்-திக்கின் வீட்டிற்கு சென்றனர்.

...

...

இரண்டு வருடம் கழிந்தன... தற்போது அந்த குழந்தைக்கு நான்கு வயது. "அப்பா..."என்று ஓடிச்சென்று கார்த்திகை கட்டியணைக்க

"என்னடா செல்லம்"

"பா...பா என் ஸ்கூல்ல எல்லாருக்கும் தம்பி பாப்பா இருக்காங்க தங்கச்சி பாப்பா இருக்காங்க ஆனால் எனக்கு தான் யாருமே இல்லை.. என்று சிணுங்கி-

னாள்".

"ஹாஹா" சிரித்துவிட்டு திவ்யாவை பார்க்க அவளோ என்ன சொல்வதறியாது ஜன்னலுக்கு ஸ்கிரீன் மாட்டிக்கொண்டு இருந்தாள்.

பின்னாடியே சென்று அவளை தூக்கி "ஹலோ மேடம் உங்களுக்கு டெலிவரி பாக்குற பாக்யம் எனக்கு எப்ப கிடைக்கும்?"...

"ச்சி என்ன நீங்க போங்க"

"பின்ன...என் ஹாஸ்பிட்டல் ல வரிசையா எல்லாருக்கும் பிரசவம் நடக்குது . சில சிஸேரியன் நான் தான் ஹாண்டில் பன்றேன். ஆனால் என் பொண்டாட்டி பிரசவம் பார்க்கனும் னு ஆசையா இருக்கு."

"அப்படியா?"

"ம்ம்.. டாக்டரா இல்லை.. ஒரு சராசரி கணவனா".என்று கண்சிமிட்டினான்.

முற்றும்.

6

அக்ரஹாரம்

கோவில் நகரமான காஞ்சிபுரம் மாவட்டத்தில் உள்ள வரதராஜ பெருமாள் கோவில் அருகேயுள்ள அழகான அக்ரஹார வீடுகள் அது. எங்கு பார்த்தாலும் மடிசார் அணிந்த பெண்களும்,பட்டுப்பாவடை தாவணி அணிந்த இளம்பெண்களின் கூட்ட- மும் நிரம்பி வழியும். அந்த பெருமாள் கோவிலில் பூஜை செய்யும் அர்ச்சகர்களும் ,குமாஸ்தாக்களும்,

தர்மகர்த்தாவும் வசிப்பதற்காகவே அமைந்துள்ளது அந்த அழகான அக்ரஹாரம்..

அந்த அக்ரஹாரத்தில் வசிக்கும் கிட்டுமாமாவை தெரியாதவர்கள் யாரும் இருக்க முடியாது. வாயில் வெற்றிலைபாக்கை மென்றுக்கொண்டு வெறும் உடம்பில் ஒரு வேட்டியை சுற்றிக்கொண்டு நெற்றியில் நாமம் இட்டுக்கொண்டு கையில் எந்நேரமும் ரமணிச்சந்திரன் நாவல்களை புரட்டிக்கொண்டு இருப்பார் கிட்டு- மாமா..இவருக்கு ரமணிச்சந்திரன் நாவல் என்றாலே ஒரு அலாதியான பிரியம் . அவர் படித்த கதைகளை எல்லாம் அக்கம்பக்கத்தில் வசிக்கும் நபர்களிடமும் இளவட்டங்களுக்கும் விவரித்து காட்டுவார்..இவரது விவரிப்பில் மொத்த கதையும் கேட்பவருக்கு மனதில் சினிமா காட்சிப்போல் ஓடும்.

அன்று வழக்கம்போல ரமணிச்சந்திரன் எழுதிய அதற்கொரு நேரமுண்டு கதையை வாசித்து கொண்டிருக்க பக்கத்து வீட்டு வனஜா ஓடிவந்து அமர்ந்து கொண்டாள் "என்ன தாத்தா இன்னைக்கு என்ன கதை சொல்லப்போற "என்று ஆவலுடன் கேட்க...

"ஏண்டிமா இன்னைக்கு நீ காலேஜ் போலயோ"? என்று கிட்டுமாமா கேட்க சளித்- துக்கொண்டே "அட போங்க தாத்தா ,அதை ஏன் கேக்குறீங்க எங்க ஆத்துல என்னை படிக்க வேண்டானு நிப்பாட்டிட்டா.."

"அச்சோ ஏண்டிமா?"

"பெண் பார்க்க வராளாம் தாத்தா அதுவும் இன்னைக்கு சாயங்காலம்"

"ம்ம்ம் அது சரி காலாகாலத்துல கல்யாணம் நடந்தா நல்லது தானே டி . பேசாம உன் தோப்பனார் சொல்ற புள்ளையாண்டவ கட்டிக்கிட்டு சந்தோஷமா வாழ்க்கை யை ஆரம்பி"..

"தாத்தா... கல்யாணம் என்றாலே பயமா இருக்கு"என்று அவள் சொல்லி முடிக்க அவர் சிரித்துக்கொண்டே "இப்படித்தான் எல்லாம் பொண்ணுங்க சொல்லு-விங்க ,கல்யாணம் பிறகு வசவசனு புள்ளக்குட்டி பெத்துண்டு குடும்பமே லோகம்னு இருப்பேல்"

அசடு வழிந்தது நம்ப வனஜாவிற்கு.பிறகு "சரி சரி அதெல்லாம் இருக்கட்டும் நீ முதல் அத்தியாயம் விவரி அதற்கொரு நேரமுண்டு கதையை"

"வேண்டாடி மா அந்த கதையில் சுசிலா தான் புருஷன் கிட்ட பட்டபாடு பற்றி கேள்விபட்டினா நீ கல்யாணமே வேண்டானு ஒத்தக்காலில் நிப்ப..ஆனால் அதுல அந்த மனோகரி கேரக்டர் இருக்கும் பாரு..ரொம்ப நல்ல பொன்னுடி மா"

"ம்ம்ம்... அதுசரி ஆமாம் உனக்கு இந்த நாவல் எல்லாம் படிச்சு போர் அடிக்கல?"

"ஹாஹா... சிலருக்கு படம் பார்க்க பிடிக்கும்,சிலருக்கு பாட்டு கேக்க பிடிக்கும் அந்த மாதிரி நேக்கு புஸ்தகம் படிக்க விருப்பம்"என்று புன்னகையிக்க... அவளோ அவரது பதிலை கூர்ந்து கவனித்துவிட்டு. "தாத்தா அப்படினா உன்னோட புஸ்தகம் சிலது எனக்கு கல்யாண பரிசா தருவியா"என்று சாதாரணமாக கேக்க...

"ஒன்று இரண்டு அல்ல உனக்கு பிடித்த எல்லா புஸ்தகங்களையும் எடுத்-துக்கொள்"என்று சந்தோஷமாக கூற அந்த கிட்டுமாமாவை கண்ணத்தில் கிள்ளி முத்தமிட்டு தனது வீட்டுக்குள் நுழைந்தாள் வனஜா...

வனஜா வீட்டுக்கு இரண்டு வீடு தள்ளி ராஜி மாமி வீடு ,அவங்க வீட்டில் கூட்-டுக்குடும்பமாக மூத்தார் ஓர்ப்புடியார் அவர்கள் குழந்தைகள் ராஜியின் குழந்தை-கள் என அந்த வீட்டில் பத்து நபர்கள் இருப்பர் தினமும் ராஜி மாமிக்கும் அவரது ஓர்ப்புடியாருக்கும் சமையலறையை யார் சுத்தம் செய்வது என்பதிலே சண்டை வரும்

"ஓ...நோக்கு நான் வேலைக்காரியோ எப்ப பாரு துடைக்கிறது கழுவுறதுனு போடி...நீ போய் சுத்தம் செய் "என ஓர்ப்புடியார் கடுகு பொறிய கத்த ராஜியிற்கு முகம் வாடியே போகும்..ச்ச இந்த வீட்டில் நிம்மதியே இருக்கா பாரு என்று முகம் வாட்டத்துடன் கிட்டுமாமாவை தேடித்தான் வருவாள்.

"என்ன மாமா என்ன பன்றேல்...ஏதாவது புத்தகம் வாசிக்க தாங்கோ படிச்சிட்டு தரேன்" என்று லைப்ரேரியில் புத்தகம் வாங்குவதைபோல் வாங்கிச்செல்வாள் ராஜி.

இப்படியே கிட்டுமாமாவை தேடி தேடி வந்து அக்ரஹாரத்தில் வசிக்கும் அனைவரும் புத்தகம் வாசிக்க வருவர். மார்கழி மாதம் துவங்க சற்று தினங்களே இருக்க காலையில் குளித்து முடித்துவிட்டு வீட்டில் விளக்கேற்றி விட்டு கிட்டுமா-

மாவின் திருப்பாவை வகுப்பிற்கு வருவது அங்குள்ள பெண்களின் வழக்கம்.

யார் இந்த கிட்டுமாமா ஏன் இவரை தேடி இத்தனை கூட்டம், இவருக்கு எப்படி இத்தனை ரசிகர்கள்.. விட்டால் இவருக்கு ரசிகமன்றமே வைப்பார்கள் போல...வாருங்கள் அவர் யார் என்ற சிறிய பார்வை.

கிட்டுமாமா இவருடைய உண்மை பெயர் கிருஷ்ணன். 40 வருடங்களாக அதே அக்ரஹாரத்தில் வசிப்பவர். ஆரம்பத்தில் கோவில் நடை திறப்பது ,நடை சாத்-துவது என்று அனைத்து விதமான கோவில் பொறுப்புகளும் அவர் கையிலு-ருக்க..வழக்கம் போல அன்று நடைசாற்றிவிட்டு வீட்டுக்கு திரும்பும்போது ஒரு ஆட்டோ வந்து இடித்ததில் வலது கால் காயமடைந்த நிலையில் அந்த கால் அப்-படியே முடங்கி போக,ஏதோ தாங்கி தாங்கி தான் நடப்பார்... கோவில் பொறுப்பு-களை இந்த கால் வைத்துக்கொண்டு எல்லாம் செய்ய இயலாது என்பதால் அந்த பொறுப்பை மகனிடம்.கொடுத்துவிட்டு இவர் வீட்டிலே இருந்துவிட்டார். மனை-வியோ பார்வையற்ற பெண். அவளுக்கு துணையாக வீட்டில் சாதம் வடிப்பது காய்கறி நறுக்குவது என்ற உதவிகளை செய்தவருக்கோ..இதை தாண்டி ஏதோ அவருக்குள் ஒரு தேடல் இருப்பதை உணர்ந்தார். அது தான் புத்தக வாசிப்பு தேடல் என்பதை உணர்ந்த பின்பு ...வீட்டில் வாரந்தோறும் வரும் மங்கைய-மலர் குமுதம் போன்ற வாரப்பத்திரிக்கைகளை படித்து அதிலுருக்கும் சமையல் குறிப்பு ஆகியவற்றை மனைவிக்கு வாசித்து காண்பித்து அதை மறாறவர்களகட-மும் பகிர..இப்படித்தான் வாசிப்பு துவங்கியது...

"மாமா அந்த மோர்க்குழம்பு க்கு என்ன அரைத்து ஊத்தனும்?..."

"கிட்டுமாமா... அந்த அப்பளம் எப்படி செய்தேல்" என அக்கம்பக்கத்தில் இருப்போர் சுவரஸ்யமாக கேட்டு தெரிந்து கொள்ள ஆரம்பித்தனர்.

அட நல்லா இருக்கே இந்த புத்தக வாசிப்பு பழக்கம்... சரி..கதைகளை அலசி ஆராய்வோம் என்று கதை புத்தகங்கள் வாங்க ஆரம்பித்தார். அதை படிக்க படிக்க ஆர்வம் தொற்றியது.

சமையல் குறிப்பில் ஆரம்பித்து இன்று சுஜாதா நாவல் வரை எல்லாவற்றையும் அலச ஆரம்பித்துவிட்டார்.

"தாத்தா இந்த கதை சொல்லுங்கோ"என்று குழந்தைகள் வட்டமும் சூழ்ந்துகொண்-டது.

நாட்கள் கடந்து சென்றன..

அக்ரஹாரம் முழுவதும் விழாக்கோலம் ஆனது. எங்கு பார்த்தாலும் வாசலிலும் முற்றத்திலும் அகல் விளக்குகள் ஏற்றி..வாசலில் வண்ணக்கோலங்கள் போட்டு தெருக்களில் பஜனைகளும் ஆரம்பம் ஆனது.

கிட்டுமாமா திருட்பாவை ஆரம்பித்தார் "பன்னிரெண்டு ஆழ்வார்களின் ஒரு-வரான பெரியாழ்வர் மகள் கோதை பாடிய பாடல்கள் தான் திருட்பாவை"என்று

அவர் பேசத்துவங்கினர்... அனைத்து பெண்களும் குழந்தைகளும் ஆர்வமுடன் கேட்டுக்கொண்டு இருந்தன.

"கிட்டுமாமா...மொத்தம் 30 பாடலோ னோ" என்று ஒருவள் கேள்வி கேட்க.."ஆம் ஆண்டாள் பாடிய முப்பது பாடல்களே "என்று ஒருபக்கம் பதில்-ளிக்க இன்னொரு பக்கம் அந்த அகல் விளக்கின் ஒளியை ரசித்தவண்ணம் கிட்-டுமாமாமா பேசத்துவங்கினர்.....

இப்படியே மார்கழி திங்கள் நகர்ந்துகொண்டே இருந்தது..நம் வனஜாவும் பாவை நோன்பு மேற்கொண்டு இருந்தாள் இந்த அழகான மார்கழி திங்களில்.

அதிகாலையில் துயில் எழுந்து குளத்தில் நீராடிவிட்டு விளக்கேற்றி கோவி-லுக்கு சென்று வருவது வழக்கம். அன்று எப்போதும் போல் குளத்தில் நீராடிவிட்டு ஈரத்துணியுடன் மேலே வரும்போது விச்சு (விஷ்வா) நின்றுகொண்டு இருந்தான்.

"விச்சு இது என்ன விளையாட்டு வழியை விடு"

"வனஜா நீ எனக்கு பதில் எதுவும் சொல்லலியே"

"இங்க பாரு உனக்கும் எனக்கும் நிச்சயம் ஆயிடுச்சு அதுக்காக இப்படி அடிக்கடி பார்க்க பேசப்படாது தப்பு ,அதுவும் இப்படி ஸ்நானம் பண்ணிட்டு ஈரத்-துணியோட நிக்கிற பொண்ணு கிட்ட பேசிண்டு நிக்கிற போ..போய் வேலையை பாரு."

"ப்ச்ச் ஏண்டி புரிஞ்சிக்க மாட்டேங்குற? இந்த அக்ரஹாரம் தாண்டி உனக்கு ஆசைகள் கனவுகள் எதுவுமே இல்லையா நோக்கு"..

"என்ன ஆசை என்ன கனவு இருக்கனுமா சொல்லுங்கோ விச்சு".

"உன்னை விவாஹம் செய்ய போற பையன் நான் என்னிடம் பேசபழக கூட ஆசையில்லையா நோக்கு?"

"அதெல்லாம் கல்யாணம் ஆன பிறகு"என்று ஒற்றை வார்த்தையில் பதிலளிக்க ..."ஏண்டி இந்த கோவில் குளம் அக்ரஹாரம் வீடு இதை தாண்டி யோசிக்க எது-வுமே இல்லையா? நீ ஏன் படிப்பு நிப்பாட்டினே? "

"என் தோப்பனாருக்கு விருப்பம் இல்லை விச்சு விடு,அப்படி நான் படிக்கனும் னு ஆசைப்பட்ட கல்யாணம் ஆகிட்டு உங்கள் ஆத்து மாட்டுபொண்ணா படிக்கி-றேன் போதுமா"

"அதெல்லாம் இருக்கட்டும் இன்னைக்கு எங்க ஆபிஸ்ல ப்ரண்ட்ஸ் க்கு கெட்டு கெதர் பார்ட்டி ஏற்பாடு பன்னிருக்கு நீ கண்டிப்பாக வரனும் புரியுதா?"

"விச்சு ப்ளீஸ்...நான் பாவை நோன்பு இருக்கேன்..பால் நெய் எதையும் உபயோக படுத்தாமல் விரதம் இருக்கேன். என்னபோய் பார்ட்டிக்கு கூப்பிடுற நான் வரலை"

"இங்கே பாரு வனஜா ,என்னை கட்டிக்க உனக்கு விருப்பம் இல்லை அதானே?"

"அய்யோ அப்படி இல்லை விச்சு"

"இங்க பாரு...நீ இந்த கோவில் பூஜை புனஸ்காரம் இதையே கட்டிட்டு அழு நான் கிளம்புறன் குட்பை"...

"விச்சு விச்சு...என்றழைத்தும் அவன் சற்று தூரம் விலகி சென்றுவிட்டான். "

விச்சுவின் செயல்கள் வனஜாவிற்கு எரிச்சலூட்டியது, இந்த கல்யாணமே வேண்டானு தானே சொன்னேன் எங்க ஆத்துல கேட்டாளா இப்ப பாரு இந்த விச்சு கிட்ட மாட்டிண்டு நான் படாத பாடு படுறேன்... என்று புலம்பிக்கொண்டு வீட்டினுள் நுழைய அன்றைய பொழுதே முனுமுனுப்புடன் துவங்கியது வனஜா-விற்கு.

நேரம் கடந்துக்கொண்டே இருக்க கோவிலுக்கு தயாராகி சென்றாள் வனஜா...பிராகாரத்தை சுற்றி வலம் வந்து விளக்கேற்ற துவங்கினாள். திடிரென அவள் செவிகளில் சங்கீத உபன்யாசம் கேக்க துவங்கியது அதில் யாரோ அறிமு-கமான குரலாக இருப்பதை உணர்ந்தவள். வழக்கம் போல் பாட்டுகச்சேரி நடத்தும் கோவில் மண்டபத்தை காண ஓடிவந்தவள்,அங்கு அதே அக்ரஹாரத்தில் வசிக்கும் சீனுவின் குரல் என்பதை உணர்ந்தவள் மெய்மறந்து அவனது குரலில் வெளிப்படும் பக்தி பாடல்கள் எல்லாவற்றையும் கேட்டுக்கொண்டு இருந்தாள். அவனது குரலை கேட்க கேட்க அவன் மீது அல்ல அவனது குரல் மீது காதல் வர....
அவன் பாடிமுடித்தபின்பு அவனருகே சென்றவள் "சீனு நல்லா பாடுறே டா. உன் பாட்டை கேட்டா சாட்சாத் அந்த பெருமாளே இறங்கி வந்து ஆசிர்வாதம் பன்ற மாதிரி இருந்தது"என்று அவனை பாராட்ட சீனுவோ ஒரே ஒரு சிறிய புன்னகை-யுடன் "நன்றி"என ஒற்றை வார்த்தையில் பதில் கூறிவிட்டு சென்றுவிட்டான்.

அவனது குரலில் அவளது டென்ஷன் அனைத்தையும் மறந்து விட்டு வீட்-டுக்கு வந்தாள் வனஜா...பக்கத்து திண்ணையில் அமர்ந்திருந்த கிட்டுமாமா"என-னடி இன்னைக்கு சீனு பாடினானா மே"என்று கேக்க..."அட ஆமாம் தாத்தா சீனு நன்னா பாடினான் கேக்கவே அவ்வளவு அருமையா இருந்தது"

"ஹாஹா.... சரி சரி அப்றம் எப்போ உனக்கு கல்யாண தேதி குறிச்சிருக்கா"?

"தாத்தா அதை மட்டும் கேக்காத நேக்கு டென்ஷன் தலைக்கேருது. எனக்கு விச்சுவை பிடிக்கல தாத்தா.. மத்தவங்க மனசை புரிஞ்சிக்க தெரியாதவன். இந்த மேனர்ஸ் னு சொல்வாளே அது சுத்தமா அவன்கிட்ட கிடையாது"

"ஏய் வனஜா உள்ள வா என்றழைத்தாள்" அவளுடைய தாய்.

"என்னமா" என்றாள் வனஜா?,

"ஏண்டி மாப்பிள்ளை யை உனக்கு பிடிக்கலையோ கிட்டுமாமா கிட்ட ஏதேதோ பேசிட்டு இருந்தே"

"ஆமாம் மா நேக்கு அவனை சாரி சாரி அவரை பிடிக்கலை..அப்பா கிட்ட சொல்லி கல்யாண தேதி குறிக்க வேண்டானு சொல்லிடு".

"ஏண்டி உனக்கு விச்சு மேல இவ்வளவு கோபம்"?என்று கேட்க அவளோ பட்டென்று அதிகாலை நடந்த உரையாடலை தன் தாயிடம் ஒன்று விடாமல் ஒப்-பித்தாள்.

"மா..நான் ஈரத்துணியோட நிக்கிறேன் னு கூட பார்க்காமல் வழி மறைத்து அவ்-வளவு கேள்வி கேக்குறாரு மா,பார்டி போலாமா ,ஏன் என்கூட பழக மாட்டேங்குற அது இது னு"

"வனஜா உன் மேல உள்ள அன்புல உன்கிட்ட பேச ஆசைபடுறானோ என்-னவோ. விச்சு நல்ல பையன் தான் மா".

"மா...உண்மையை சொல்லவா?"என்று அவள் பேசுவதற்குள் அவள் தந்தை-யும் அங்கு வந்து நிற்க ...பேச்சை நிப்பாட்டாமல் தைரியமாக அவள் எண்ணத்தை வெளிப்படுத்தினாள்.

"அம்மா...பா...நேக்கு இந்த அக்ரஹாரத்தை விட்டு எங்கேயும் போக பிடிக்கல, இந்த வீடு ,அக்கம்பக்கத்தில் உள்ள மக்கள், முக்கியமா கிட்டுமாமாவும் அவரு-டைய கதைகளும்,அப்றம் இந்த கோவில்.. இதெல்லாம் விட்டு எனக்கு போக பிடிக்கல..அதற்காக கல்யாணம் பன்னிக்க மாட்டேனு சொல்ல வரவில்லை... இதே அக்ரஹாரம் ல இருக்கிற ஒருத்தரை கல்யாணம் பன்னிட்டு நான் இங்கேயே இருந்திடுறேனு சொல்றேன்"

ஹாஹா "அப்போ விச்சுவை நீ வேண்டானு சொல்ல இதான் காரணம் அப்-படித்தானே"?

"ம்ம்ம்"என்று பாவமாக தலையசைக்க.. மகளின் தலையை வருடியவர் "விச்சு வை கல்யாணம் ஆகிட்டு நம்ப ஆத்துலையே தங்கிட சொல்லி பார்க்கி-றேன்"என்று கூற ஏதோ மனதில் இருந்த பாரம் அவளுக்கு இறங்கியது.

விச்சுவின் குடும்பத்தை பார்த்து பேசிவிட்டு போகலாம் என்று வனஜாவின் தந்தை அவர்கள் இருக்கும் வீட்டிற்கு சென்றார்.

விச்சுவின் வீடு அந்த வீதியிலே மிகப்பெரிய வீடு கேட் திறந்து உள்ளே செல்ல பெரிய தாழ்வாரம்... லொல் லொல் என்று குரைக்கும் பொமேரியன் டாக் ஒன்று ,தாழ்வாரம் கடந்து வந்தால் ஒரு பெரிய முற்றம் அதில் விலை உயர்ந்த சோப்பா செட் அந்த முற்றத்தை தாண்டி மூன்று அறைகள் ஒரு தனியே பூஜையறை. பார்க்க அவ்வளவு அம்சமாக இருக்கும். சோப்பாவில் அமர்ந்து செய்தித்தாள் படித்து கொண்டிருந்த விச்சுவின் அப்பா "வாங்க சம்மந்தி"என்று இன்முகத்துடன் அழைக்க...

"சம்மந்தி உங்கள் கிட்ட ஒன்று கேக்கலாமா"? என்று ஆரம்பித்தார் வனஜா-வின் தந்தை.

என்ன கேக்க போகிறார் என்பதை யோசித்தவர் சரி கேளுங்க என்று அனு-மதிக்க 'உங்கள் விச்சு கல்யாணம் ஆன பிறகு எங்கள் வீட்டில் தங்கிகிட்டா

இல்லை இல்லை எங்க வீட்டில் தங்கனும் னு கூட இல்லை.. அதே அக்ரஹா-ரத்தில் வேற ஒரு வீடு வாடகைக்கு எடுத்து கூட தங்கிக்கட்டும்.அப்படி இருந்தா நல்லாருக்கும் னு தோன்றுது"

"ஹாஹா.. சம்மந்தி இது என்ன பொம்மை யா உங்கள் வீட்டில் தூக்கிண்டு போய் வச்சிருக்க... எங்க ஆத்து மாட்டுபொண்ணு தானே இங்கே வந்து தங்கனும்"

"அது தானே முறையும் கூட..

"அதுக்கில்ல சம்மந்தி என் பொண்ணு அக்ரஹாரம் கலாச்சாரத்தோடு ஒன்றி வாழ்ந்தவள். அவளுக்கு இந்த மாதிரி ஆடம்பர வாழ்க்கை பழக்கமும் இல்லை.. அதனால்.."

"அதுக்கு என் புள்ளையாண்ட உன் வீட்டில் வந்து தங்கனுமாக்கும். இங்க பாருங்க சம்மந்தி எங்களுக்குனு ஒரு ஸ்டேடஸ் இருக்கு. அதை எந்த கார-ணத்தை காட்டியும் விட்டுகொடுக்க முடியாது"என்று கோபமாக கூற..

"அப்படினா ஸ்டேடஸ் பாக்குற உங்கள் வீட்டில் சம்மந்தம் பேச எனக்கு விருப்பமில்லை. குட் பை" என்று வனஜாவின் தந்தை தெளிவாக பேசிவிட்டு வீட்டுக்கு வந்துவிட்டார்.

"என்னங்க.... எங்கேங்க போயிருந்திங்க?"என்று மனைவி கேட்க கோபத்துடன் இருந்தவர் "இங்கே பாரு இந்த சம்மந்தம் வேண்டாம் நமக்கு.. ஸ்டேடஸ் பாக்றவா அவங்க ஸ்டேடஸ்க்கு ஏத்த பொண்ணை பார்த்துக்கட்டும்"

"என்ன சொல்றேல் னா....என்ன பேசிட்டு வந்தேல்"

"என் பொண்ணுக்கு இதே அக்ரஹாரத்தில் வாழத்தான் விருப்பம் னு சொல்-லிட்டு வந்துட்டேன்"

"ஐயோ பெருமாளே ! கல்யாணத்தை கெடுத்துட்டேளா"என்று அவள் ஆதங்-கபட...

"எதுக்கு டி உன் ஆதங்கத்தை கொட்டிண்டு இருக்க..என் மகளுக்கு பிடிக்காத வாழ்க்கை ஒருபோதும் நான் தேர்ந்தெடுக்க மாட்டேன்... என் பொண்ணு எனக்கு பிடிக்கலை அப்படிங்கிற காரணத்தால் படிப்பையே விட்டு கொடுத்த-வள்..அவளுக்கு பிடித்த வாழ்க்கை அமைச்சு தருவது என் பொறுப்பு".

தன் தந்தையின் பேச்சுகளை கேட்ட வனஜாவிற்கு முகத்தில் சிரிப்பும் மனதில் தெளிவும் வந்தது..."எனக்கு பிடிக்காத விச்சுவை எங்க அப்பாவுக்கும் பிடிக்கலை ஸோ நைஸ்"என்று தன் தந்தையை நினைத்து பெருமிதம் கொண்டாள்.

நாட்கள் உருண்டோடியது.

வாசலில் கோலம் போட்டுக்கொண்டு இருந்தாள் ராஜி. அய்யோ தாத்தா என்ன ஆயிடுத்து உங்களுக்கு என்று வனஜா கதறும் சத்தம் ஒருபக்கம், பார்வையற்ற கிட்டுமாமா மனைவியும் தலையில் அடித்து அழும்குரல் ஒருபக்-கம்..."அப்பா...அப்பா போய்டேலா" என்று அவரின் மகனின் புலம்பல் ஒருபக்கம்.

ராஜி ஓடிவந்து பார்க்க கிட்டுமாமா இறந்துவிட்ட நிலையில் இருப்பது கண்டு அவளும் அழத்துவங்கினாள்....

ஆம் இனி கிட்டுமாமா வரவே மாட்டார். அவருடைய கதைகள் எவருடைய செவிகளிலும் கேட்காது..அந்த அக்ரஹாரமே துர்க்கத்தில் இருந்தது. இரண்டு நாட்கள் கழித்து அந்த திண்ணையில் அமர யாருமில்லாமல் வெறிச்சோடி இருக்க..என்ன தோன்றியதோ தெரியவில்லை சீனுவிற்கு அந்த திண்ணையில் வந்து அமர்ந்துக்கொண்டு அவருடைய புத்தகம் ஒன்றை எடுத்து வாசிக்க துவங்-கினான். கண்களிலிருந்து கண்ணீர் வழிந்தது.

"ஐயோ தாத்தா ஆள விடு நீயும் உன் கதைகளும்" என்று ஒதுங்கி போனவன். இன்று அவருடைய கதைகளுக்கு ஏங்கினான்.

வாசலில் நின்று இதை கவனித்துக்கொண்டிருந்த வனஜா "சீனு அழாத டா..கிட்டு தாத்தா எப்பவும் நம்ம கூடவே இருப்பார்"என்று ஆறுதல் கூறினாள். இவர்களுடைய நட்பு இங்கே துவங்கியது. அவ்வப்போது சீனு வீட்டுக்கு சென்று வரும் வனஜாவை பார்க்க சீனுவின் பெற்றோர் மட்டும் தாத்தா பாட்டிக்கு இவளை மிகவும் பிடித்துபோனது. நல்ல நாள் பார்த்து பெண் கேக்க வந்தனர். ஓர் இரு மாதங்களில் திருமணமும் நடந்தேறியது. வனஜா ஆசைப்பட்ட மாதிரி அதே அக்-ரஹாரத்தில் வசிக்கும் சீனுவை மணந்து கொண்டு வாழ்க்கையை சந்தோஷமாக துவங்கினாள்.

....முற்றும்....

Moral : அவரவருக்கு பழகிய சூழ்நிலை பொறுத்தே அவரவர் மனநிலை இருக்-கும்.

7

மண்வாசனை

முத்துராமன் என்பவர் அவ்வூரில் அரசு மேல்நிலைப்பள்ளியில் ஆசிரியராக பணி-புரிபவர். ப்ளஸ்டு படிக்கும் மாணவர்களிடம் அடுத்து என்ன படிக்க போறிங்க?உங்-கள் எதிர்கால லட்சியம் என்ன?என்ற கேள்வியை கேட்பது வழக்கமாக கொண்-டிருப்பார்.

வழக்கம் போல் அன்று அவருக்கு ப்ளஸ்டு வகுப்பிற்கு சப்ஸ்டுஷன் வகுப்பு போட்டு கொடுத்ததால் அவரும் அந்த வகுப்பிற்கு சென்றார். அது வர்த்தகம் சார்ந்த பிரிவு என்பதால் அனைவரும் அந்த பிரிவு பாடப்புத்தகங்கள் முன்னே வைத்துக்கொண்டு படிப்பதும்,ஏதோ கணக்கிடுவதும்..சிலர் பக்கத்தில் உள்ள சக மாணவர்களிடம் பேசுவதுமாக வகுப்பை ஓட்டிக்கொண்டிருக்க..

"சார் நீங்க எப்பவுமே ஒரு கேள்வி கேட்பிங்களாமே ?" என்று வகுப்பில் இருந்த ஒரு மாணவன் திடிரென ஆரம்பிக்க..."ம்ம்.. அதானே நம்ப இந்த வகுப்பில் அந்த கேள்வியை கேட்கவே இல்லையே..சரி கேட்போம்"
என்று மனதில் நினைத்தவர் "உன் பேரு என்ன தெரிஞ்சிக்கலாமா?என்று அந்த மாணவனிடம் வினவியபோது "என் பேரு லோகேஷ்" என்று தடுமாறி பதில-ளிக்க...

"ஹாஹா பயப்படாத டா ஒன்னும் சொல்லமாட்டேன்.. நான் மறந்த கேள்-வியை நீ நியாபக படுத்தியிருக்க அதை நினைச்சு நான் சந்தோஷபடுறேன். எப்-பவுமே உயிரியல்,கணினி பிரிவுல இந்த கேள்வியை கேட்டுருக்கேன் ஆனால் வர்த்தக பிரிவு மாணவர்களாகிய உங்களை இந்த கேள்வியை கேட்கவே இல்லை..."

முத்துராமன் வழக்கம் போல் அந்த கேள்வியை திரியாய் திரித்தார். "லாஸ்ட் பெஞ்ச் இரண்டாவது எழுந்திரு.உன் லட்சியம் என்ன?" என்று கேட்க..
"சார்..பெருசா லட்சியம் எதுவும் இல்லை. பி.காம். படிச்சிட்டு எங்யாவது

வேலைக்கு சென்று சம்பாதிக்கனும்"என்று உரைக்க.. முத்துராமன் அவனை கவனித்துவிட்டு"ஏண்டா தம்பி வேற எதுவும் படிக்கனும் சாதிக்கனும் னு ஆசை இல்லை?" என்று கேட்க "அட போங்க சார்..அப்பா இறந்த காலத்திலிருந்து வீட்-டுவேலை செய்து எங்க அம்மா என்னை படிக்க வச்சிட்டு இருக்கு,எங்க அம்மா-வுக்கு ஓய்வு தரணும் அது தவிர வேற எந்த ஆசையும் இல்லை"என்றான்.

தன்னுடைய மூக்கு கண்ணாடியை கழட்டிவிட்டு கண்களை கசக்கியபடி "அம்மாவை பார்த்துக்கணும்ணு நினைக்கிற உன் மனசுக்கே நீ பெரிய ஆளாக வருவ" என்று பாராட்டினார். பிறகு வரிசையாக அனைவரையும் கேள்வியை எழுப்பிக்கொண்டே வந்தார். இறுதியில் மாணவன் சிவா என்கிறவனை எழுப்பி-னார்.

"தம்பி உன் பெயர்". என்றார் கணித்த குரலில். அவனோ சிவா...என்றான் சற்று தெனாவட்டோடு.

"சொல்லு உன் லட்சியம் என்ன" என்று வினவ அவனுடைய தோரணையில் "சார் நான் இயற்கை விவசாயம் பண்ணப்போறேன்" என்றதும் சுற்றியிருந்த மாண-வர்கள் அனைவரும் முதலில் சிரித்தனர்.

"எல்லாரும் கொஞ்சம் அமைதியாக இருங்கள்" என்று ஆசுவாசப்படுத்தி பிறகு அவனை கூர்ந்து கவனிக்க துவங்கினார்.

"தம்பி... என்ன சொல்ற விவசாயம் தான் உன் லட்சியமா"என்று வினவ. அவனோ...

"ஆமாம் சார் ஏன் சார்... வெறும் டாக்டர் ஆகனும் இன்ஜினியர் ஆகனும் அப்படிங்கிறது தான் லட்சியமா இருக்கணுமா ஏன் விவசாயமும் ஒரு தொழில் தானே" என்றானே பார்ப்போம் . அவ்வளவு நேரம் சிரித்துக்கொண்டு இருந்த சகமாணவர்கள் எல்லாம் அமைதியாகினர்.

முத்துராமன் சற்று வியந்து தான் போனார். ஆம் அவரிடம் இருந்த மண்-வாசனை அப்படியே சிவாவிடம் இருப்பதை உணர்ந்தார். விவசாயம் மீது நாட்டம் இருந்த அவருக்கு பெற்றோரின் ஆசைக்காக ஆசிரியர் ஆனவர். எனினும் இயற்கை விவசாயம் பற்றின அவருடைய கனவு மாறவில்லை. வீட்டு மாடியில் மாடி தோட்டம் அமைத்து பயிர் செய்து வருகிறார்.

தன்னுடைய வீட்டுக்கு அழைத்து மாணவனாகிய சிவாவிற்கு இயற்கை விவ-சாயம் பற்றி விவரித்தார். அவனுக்கு அது பயனுள்ளதாக இருந்தது. நாளைய விவசாயி என்ற கனவோடு வீடு திரும்பினான்.

முற்றும்.